वडेवाला कर्मयोगी

सतीश मंडोरा हा पायाला चक्र लागलेला माणूस आहे. विविध कल्पना आणि उपक्रमांची प्रायोगिक वाट चोखाळून त्यातून त्यांना त्यांचा 'सक्सेस कोच' होणे हा खरा जीवनध्यास गवसला आहे. त्यांची प्रेरणादायी भाषणं ऐकणाऱ्या किंवा त्यांच्या जीवन विकास प्रशिक्षण कार्यक्रमात सहभागी होणाऱ्या जगभरातील ४०,०००हून अधिक लोकांच्या आयुष्यावर त्यांनी अर्थपूर्ण प्रभाव टाकला आहे. 'आयुष्य साजरे करा' हे शब्द म्हणजे, त्यांच्या जीवनविषयक तत्वज्ञानाची व्याख्या आहे.

www.satishmandora.com

support@satishmandora.com

वडेवाला कर्मयोगी

आणि आयुष्य, व्यवसाय आणि नातेसंबंधांमध्ये
यश मिळविण्यासाठी इतर साध्यासोप्या गोष्टी

सतीश मंडोरा

अनुवाद : मुक्ती काणे

VISHWAKARMA
PUBLICATIONS VP®

वडेवाला कर्मयोगी

Why The Vada Seller Refused A Sale
First Published in English by :
Rupa Publications India, Pvt, Ltd. 2015

ISBN : 978-93-85665-06-6

प्रथमावृत्ती : मे २०१६

प्रकाशक : विश्वकर्मा पब्लिकेशन्स
२८३, बुधवार पेठ, सिटी पोस्टाजवळ,
पुणे ४११००२.
फोन : ०२०-२०२६११५७/२४४४८९८९
info@vpindia.co.in
www.vpindia.co.in

अनुवाद : मुक्ती काणे

समन्वयक : योगिता वैद्य

विशेष सहाय्य : अदिती केळकर, मानसी दांडेकर, अश्विनी कनशेट्टी, पूर्वा फुलंब्रीकर

मुखपृष्ठ : मेघनाद देवधर

मांडणी : अक्षरसाधना, पुणे

अनुक्रमणिका

प्रस्तावना

मी 'सक्सेस कोच' ह्या भूमिकेतून जो काही प्रवास केला आहे, त्यात सर्वोच्च आंतरिक ज्ञान मला सर्वांत साध्या व सोप्या गोष्टींतून झालं. ते ज्ञान मला सकाळच्या गजराच्या नादातून, रेल्वे स्थानकावरच्या वडेवाल्याच्या हाकेतून, टेकडीवर चढण्यातून, माझ्या मुलाच्या जगाविषयीच्या अमर्याद कुतूहलातून आणि माझ्या मुलीच्या दिलखुलास हसण्यातून आणि तिच्या जगण्याच्या असोशीतून जाणवलं आहे. खरी बुद्धिमत्ता ही भव्यदिव्यतेत नसून ती रोजच्या जगण्यात आहे.

इतर कोणत्याही गोष्टींपेक्षा, निसर्गाकडे आपल्याला शिकवण्यासारखं खूप काही आहे. अगदी रोजच्या जीवनाच्या तालबद्धतेतूनही निसर्ग आपल्याला शिकवत असतो. शिशिर ऋतूमध्ये सर्व पाने गळलेला वृक्ष आपल्याला आयुष्याच्या अशाश्वततेची आठवण करून देतो. पण आपण जर धीर धरला, तर आपण ह्याहीपेक्षा आणखी एक जास्त महत्त्वाचा धडा शिकतो- की, प्रत्येक शेवटामध्ये एक नवीन सुरुवात आहे. शिशिर जाऊन वसंत येईल आणि ते झाड परत नवीन पानांनी गच्च बहरून जाईल. बदल आणि पुनर्निर्मिती ही जीवनाची दोनच शाश्वत तत्त्वं आहेत.

उंच आकाशात विहरणारा गरुड बघा. तो आपल्याला एक पाऊल मागे घेऊन, आत्ताच्या क्षणापासून दूर जाऊन व्यापक, पूर्ण परिस्थितीचा विचार करायला शिकवतो. तो आपल्याला धैर्याचे फायदे आणि अलिप्त आसक्तीही शिकवतो. गरुड त्याच्या भक्ष्याचा खूप उंचावरून वेध घेईल आणि जेव्हा सर्व परिस्थिती पूर्णपणे अनुकूल असेल तेव्हाच खाली झेप घेईल.

आयुष्याच्या नैसर्गिक तालातून शेकडो धडे घेण्यासारखे आहेत. आपण फक्त डोळस आणि सजग राहून आपली अँटेना जुळवून ठेवली पाहिजे आणि मग आपण अजून थोडं सखोल पाहिलं पाहिजे, जास्त काळजीपूर्वक ऐकलं पाहिजे आणि जास्त उत्कटतेनं अनुभवलं पाहिजे.

आयुष्यातील सर्वांत महत्त्वाच्या गोष्टी सर्वांत सहजसोप्या असतात. परंतु, एक अतिशय सर्वश्रुत पण दुर्दैवानं विस्मरणात गेलेलं जीवनविषयक सत्य हे आहे

की, साध्या गोष्टी आचरणात आणायला अत्यंत कठीण असतात. त्याहीपेक्षा त्या दुसऱ्यांना सांगणं अधिक कठीण असतं. म्हणूनच हे पुस्तक लिहिणं हे जितकं आनंद देणारं होतं, तितकंच ते आव्हानात्मकही होतं. हे पुस्तक म्हणजे सर्वांना देणं आणि शिकणं आणि एकत्र प्रगती करण्याविषयी आहे. हे अशा आपल्या दैनंदिन बोलीभाषेत लिहिलं आहे, की ज्यात कोणताही गोंधळ न होता संवाद होऊ शकतो. मला रेल्वेमध्ये भेटलेली किंवा रस्त्यात भेटलेली माणसं, मी वाचलेली आणि स्मरणात राहिलेली पुस्तकं, जवळपास दहा वर्षांनी मी परत संवाद साधलेले जुने मित्र, प्रत्यक्ष जीवनातील नायक आणि उत्तमोत्तम मने जी मला स्पर्शून गेली – ह्या सर्वांनी माझ्या ह्या पुस्तकाची गुणवत्ता वाढवली आहे. आणि अर्थातच माझा सगळ्यांत मोठा शिक्षक म्हणजे निसर्ग माऊलीच आहे.

हे पुस्तक वाचण्याचे कोणतेही नियम नाहीत. तुम्ही निवांतपणे कुठूनही सुरुवात करू शकता आणि कुठेही थांबू शकता. कोणताही धडा (जरी मी त्यांना प्रकरण म्हणत असलो, तरी) एखाद-दोन पानांपेक्षा मोठा नाही. हे धडे पाच उपविभागात मांडले आहेत. हे पाच उपविभाग म्हणजे माझ्या दृष्टीने आयुष्याची पाच सर्वांत निर्णायक अंग आहेत: जाणीव, ऊर्जा, उपक्रमशीलता (किंवा कृतिशीलता), संवाद आणि नातेसंबंध.

बऱ्याच वेळा, आयुष्य हे आपल्या व्यवसायाचंच एक विस्तारित अंग होतं. रोजगार मिळवणं, फायदा कमावणं, व्यावसायिक संबंध प्रस्थापित करणं, कृतियोजना आखणं आणि ह्या सगळ्यामुळे व्यवसाय हा केवळ व्यग्र पर्याय होतो, तिथे खूप काही बोलणं आणि दमवून टाकणारे उपक्रम म्हणजेच मोठी कामगिरी केल्याचा गैरसमज होतो. जर तुम्ही सतत धावत असाल, तर कदाचित तुम्ही दिशाहीन झालेले आहात आणि त्याच त्याच वर्तुळात चकरा मारत आहात. मी अशी आशा करतो की, ही पानं तुम्हाला तुमच्या आयुष्याचं 'पॉज' बटण शोधायला मदत करतील आणि तुमच्या आजूबाजूला घडणाऱ्या गोष्टींबाबत तुमच्यात संवेदनशीलता निर्माण करतील आणि शाश्वत तत्त्व काय आहे ह्याची तुम्हाला जाणीव होईल.

तुमचा अभिप्राय आणि सल्ला मला जरूर इ-मेल करा. विकासाची क्रिया आणि वाढण्याची क्रिया ह्या अखंड चालू असतात आणि त्यात तुमचा सहभाग मोलाचा असतो.

चला, आयुष्य साजरं करूया!

***

थांबा. ऐका. विचार करा.

आपण काम का करतो?

''माणसाच्या कष्टाचं सर्वांत मोठं बक्षीस म्हणजे त्या कामाचा मिळणारा मोबदला नव्हे; तर त्या कामामुळे तो माणूस जसा घडतो ते आहे.''

- जॉन रस्कीन

''धैर्य आणि काम यावर सगळा आनंद अवलंबून असतो.''

- हॉनोरे दे बल्झाक

मी माझ्या मुलीला, सिद्धीला पोहण्याचे प्राथमिक धडे घेताना आठवतोय. कुठल्या तरी एका क्षणी तिने तिच्या भीतीवर मात केली आणि कोणत्याही मदतीशिवाय ती पाण्यात सफाईने पुढे जाऊ लागली. ती आनंदानं ओरडत होती. ते बघत असताना माझं ऊर भरून आलं. त्या क्षणी मला दुसरं काहीच सुचत नव्हतं. मला परिपूर्ण वाटत होतं. मी माझ्या विश्वात आनंदाने बुडून गेलो होतो.

आठवीतला पृथव तेव्हा बोर्डिंग स्कूलमधून सुट्टीसाठी घरी आलेला होता. आम्ही गप्पा मारत असताना मी त्याला सहज विचारलं की, त्याचे भविष्याबद्दल काय विचार केला आहे, त्याला कोण व्हावंसं वाटतं वगैरे... नंतरच्या संभाषणादरम्यान त्यानं अचानक मला विचारलं, ''बाबा, आपण काम का करतो?''

बेसावध प्रश्नाने मी गांगरून म्हणालो, ''आपण उदरनिर्वाहासाठी काम करतो.''

पण पृथवचा प्रश्न माझ्या मनात घर करून राहिला. तो प्रश्न अगदी साधा तरीही सखोल होता. जशा सर्वच गोष्टी साध्या असतात, तसा. त्याला दिलेल्या उत्तराबाबत मी स्वतः समाधानी नव्हतो. त्यातून माझा बराच आत्मशोध घडून आला. माझ्या मुलाच्या निरागस प्रश्नावर विचार करता करता, मी माझ्या काही यशस्वी असलेल्या

मित्रांनाही तो इ-मेल केला आणि काही जणांशी कॉफीला भेटून चर्चाही केली.

मी माझ्या व इतर सर्वांच्या प्रतिक्रिया एकत्र केल्या. मग एका रविवारी दुपारी मी 'आपण काम का करतो' याच्या कारणांची यादी करायला घेतली.

माझ्या यादीत ४२ कारणं होती. ती कारणं ४ प्रकारात मोडत होती. आर्थिक, उद्योगधंदा/व्यावसायिक, वैयक्तिक आणि सामाजिक.

मी आणि माझा 'स्क्वेअर सर्कल्स'मधील संघ मिळून ह्या यादीवर आधारित एक प्रश्नावली तयार केली. ह्या कारणाच्या परस्परसंबंधित महत्तेचा अंदाज घेणं हे ह्या प्रश्नावलीचं उद्दिष्ट होतं. १०० लोकांच्या प्रतिक्रियांवरून आम्हाला असं आढळलं की, ह्या प्रतिक्रियांचा कल प्रामुख्यानं वैयक्तिक आणि सामाजिक कारणांकडेच होता. आर्थिक आणि सामाजिक कारणंही तशी महत्त्वाची होतीच पण त्यापेक्षा वैयक्तिक आणि सामाजिक कारणं ही जास्त महत्त्वाची दिसून आली.

पण आजूबाजूला पहा- आपल्यापैकी किती जणांना हे उमगतं? दु:खाची बाब ही आहे की, व्यवसायाच्या रहाटगाडग्यात आणि भौतिक चिंतांमध्ये, आपल्याला काम करण्याची स्फूर्ती कशाने मिळते हेच आपण विसरून गेलो आहोत. स्टीफन कोव्हे वारंवार म्हणतो त्याप्रमाणे मृत्युशय्येवर असताना तुमच्यापैकी कितीजण म्हणतील 'मी आत्ता ऑफिसमध्ये असायला हवा होतो.'

थोडी फुरसत काढा आणि तुम्ही तेच काम नेमकं का करता ह्याची तुमची एक वैयक्तिक यादी लिहून काढा. काम आणि वैयक्तिक जीवन ह्यांचा समतोल साधण्यासाठी मला या यादीची खूपच मदत झाली आणि मी माझ्यासाठी खरोखर महत्त्वाच्या असणाऱ्या गोष्टींवर लक्ष केंद्रित करू शकलो.

आता मी निदान बहुतांश वेळा तरी मला अजिबात फरक न पडणाऱ्या गोष्टींच्या दयेवर जगत नाही (म्हणजे त्यांच्यावर प्राधान्याने वेळ खर्च करत नाही).

धन्यवाद पृथव! तू विचारलेला तो एक प्रश्न लाखमोलाचा होता.

***

योग्य प्रश्न

मी सहा प्रामाणिक स्वयंसेवक ठेवले आहेत. (त्यांनी मला आत्तापर्यंत सगळं शिकवलं); त्यांची नावं आहेत 'काय' आणि 'का' आणि 'कधी' आणि 'कसे' आणि 'कुठे' आणि 'कोण'.

- रुड्यार्ड किप्लिंग

आपल्याकडे सर्व अचूक उत्तरं आहेत. पण अचूक प्रश्न आहेत का?

सक्सेस कोच म्हणून मी स्वतःला अशांतता निर्माण करणारा व्यावसायिक म्हणवून घेणं अधिक पसंत करतो. मी नेहमी माझ्या सहभागी व्यक्तींना आणि ग्राहकांना सांगतो की, मला लोकांना अस्वस्थ करायला आवडतं. मी कदाचित त्यांना योग्य उत्तरं देऊ शकणार नाही, पण मी त्यांना योग्य प्रश्न विचारायला नक्कीच मदत करेन.

एखाद्याला पडणाऱ्या प्रश्नांची गुणवत्ता त्याचा त्याच्या पुढचा मार्ग ठरवते.

'जैसे थे' परिस्थितीला आव्हान देणं, प्रस्थापित योग्य गोष्टींच्या विरुद्ध जाऊन काम करणं, ह्यातूनच नवनिर्मिती होते.

'जैसे थे' परिस्थितीला आव्हान देण्यासाठी खूपच उच्च पातळीची कुवत लागते. विशेषतः जेव्हा सगळं व्यवस्थित चाललंय असं दिसत असतं. जॅक वेल्चने 'जी. ई'च्या (GE) स्थानाला आव्हान दिलं जेव्हा सगळं आलबेल चालू होतं. जर स्टीव जॉब्सने असं एक उपकरण का असू नये, जे निसर्गानं निर्माण केलेली सर्वोत्तम यंत्रणा मनुष्याचा हात वापरेल? हा प्रश्न विचारलाच नसता, तर स्पर्श क्रांती (टचस्क्रीनची सर्व उपकरणं) झाली नसती. जर केरी पॅकरला हे कुतूहल वाटलंच नसतं की क्रिकेटची मॅच पाचऐवजी एक दिवसात का होऊ शकत नाही, तर

आजही टेस्ट मॅचचाच जमाना राहिला असता. समजा धीरूभाई अंबानींनी स्वत:ला हा साधा पण धाडसी प्रश्न विचारलाच नसता की : आपण जगातील सर्वांत मोठा सर्वसमावेशक तेल शुद्धीकरणाचा कारखाना कसा उभारू शकतो? खरोखर अशी भरपूर उदाहरणे आहेत. छायाचित्र काढून झाल्यावर कसं आपण ते लगेच बघू शकू! पोलोरॉईड! (आणि आता डिजिटल कॅमेरा) सूर्याची शक्ती कशी वापरता येईल? सोलर उपकरणे! आणि अजून बरीच काही.

केवळ जेव्हा तुम्ही चांगल्या गोष्टीवर प्रश्न विचाराल, तेव्हाच उत्तम उत्तर जन्माला येईल.

हे प्रश्न विचारायला शिका:

काय?

केव्हा?

का?

कुठे?

कसे?

'का' हा प्रश्न विचारत रहा, कोणत्याही निर्णयापर्यंत यायच्या आधी किमान पाच वेळा तरी स्वत:ला हा प्रश्न विचारा.

निरीक्षण करा. विचार करा. मग तुम्हाला उचित/अचूक प्रश्न सापडतील.

✳✳✳

सुधारणेसाठी यातायात

"शिक्षण हे आतून येतं, तुम्हाला ते संघर्ष, प्रयत्न आणि विचार ह्यांतून प्राप्त होतं."

- नेपोलिअन हिल

"विश्वातला एकच कोपरा असा आहे की, जो सुधारण्याची तुम्ही काहीतरी खात्री तरी देऊ शकता आणि तो म्हणजे तुम्ही स्वतः आहात."

- आल्डस हक्सले

बॅडमिंटन खेळणं हा माझा सर्वात आवडता कार्यक्रम आहे. माझ्या सकाळच्या दैनंदिनीचा तो एक महत्त्वाचा भाग आहे. एके दिवशी सकाळी साधारण ६ वाजता, माझे बॅडमिंटनचे मित्र आणि मी नेहमीप्रमाणे वॉर्म-अप आणि स्ट्रेचिंगचे व्यायाम सुरू केले. शेजारच्या क्रीडाक्षेत्रावर एका नवीन खेळाडूनं नुकताच नवीन गटात प्रवेश घेतला होता. त्याने फूल उडवण्यास सुरुवात केली आणि आपले बाहू पसरले. एखाद्या नवख्या खेळाडूचं व्हावं त्याप्रमाणे अगदी साहजिकच त्याचं त्या फुलाशी गणित काही जमेना. त्याला ते रॅकेटच्या मध्यावर झेलता येईना आणि हळू किंवा जोरात उंच फटकेही अजिबात अचूकतेनं मारता येईनात. फूल बऱ्याचदा रॅकेटच्या कडेवर आपटायचं आणि त्याच्याजवळ पडायचं किंवा क्रीडाक्षेत्राच्या रेषेबाहेर पडायचं. दर वेळी असं झाल्यावर तो नवखा खेळाडू रॅकेटकडे बघत असे (जी अगदीच व्यवस्थित वाटत होती) आणि फूल तपासून बघत असे (तेही चांगलेच वाटत होते.) आणि मग तो खांदे उडवत असे.

त्या सर्व कृतीतून असे सूचित होत होते की, अडचण रॅकेट किंवा फुलामध्ये आहे. आपण सगळ्यांनी अशा सर्व गोष्टी वेळोवेळी केलेल्या आहेत. आपला एक फटका

चुकलाय आणि आपण प्रकाश किंवा नीट न बसणारा बूट किंवा घसरणाऱ्या रॅकेटच्या दांड्याला दोष दिलाय. मला इथे हे निदर्शनास आणून द्यायचं आहे की, जेव्हा काही चुकीचं घडतं, तेव्हा स्वतःचंच बारकाईनं निरीक्षण करून आपल्यात काय कमी आहे आणि आपण काय चुकीचं केलं, हे समजून घेणं आणि सुधारण्याचे मार्ग शोधणं हे गरजेचं असतं; परंतु आपण सहसा बाह्य कारणं शोधण्याचा प्रयत्न करतो.

जेव्हा माझा फटका चुकतो किंवा झेल नेटमध्ये जातो किंवा मला उलटा फटका तितकासा चांगला जमत नाही (हे मला चांगलंच माहीत आहे की ही माझ्या खेळण्यातील कमतरता आहे), तरीही रॅकेटकडे बघणं किंवा जोडीदारावर चिडणं, असं काहीही करण्याऐवजी, मी म्हणतो, ''क्षमस्व! माझी चूक झाली!'' मी जाणीवपूर्वक हे करतो. सुरुवातीला हे तितकंसं सोपं नाही, पण हे नक्कीच तितके प्रयत्न करण्याइतकं मौल्यवान आहे. तुमच्यात तेव्हाच सुधारणा होते, जेव्हा तुम्हाला सुधारणेची गरज आहे, हे तुम्ही स्वीकारता.

उपासना

''योग्य मानसिकतेच्या माणसाला त्याचं ध्येय गाठण्यापासून कोणतीच गोष्ट रोखू शकत नाही, अयोग्य मानसिकतेच्या माणसाला पृथ्वीतलावरील कोणतीच गोष्ट मदत करू शकत नाही.''

- डब्ल्यू. डब्ल्यू. झाईग

''तुमच्या डोळ्यांत कुतूहल भरून घ्या...असे जगा, की जणू काही तुम्ही १० सेकंदातच मरणार आहात. आता जग पहा. कारखान्यांमध्ये तयार केलेल्या आणि विकत घेतलेल्या कोणत्याही स्वप्नांपेक्षा हे जग अद्‌भुत आहे.''

- रे ब्रॅडबरी

'उपासना' ह्या संस्कृत शब्दाचा मोघम अर्थ 'च्या जवळ बसणे (किंवा असणे), प्रामुख्यानं ईश्वराच्या संदर्भात' असा आहे. 'उपासना' म्हणजे काय हे समजावून सांगण्यासाठी स्वामी सुखबोधानंदजींनी एक सुंदर उदाहरण दिलं. स्वामीजी म्हणाले, ''निकृष्ट वस्तू, उत्कृष्ट दृष्टी.'' ह्याचा अर्थ असा आहे की, 'जर अस्तित्त्वाच्या उत्कृष्टतेकडे बघण्याची तुमच्या नजरेला सवय लागली, तर तुम्हाला कोणत्याही गोष्टीत ईश्वर बघता येऊ शकतो, अगदी सर्वांत सामान्य दिसणाऱ्या वस्तूमध्ये देखील!'

केवढा हा जबरदस्त साक्षात्कार!

आणि खरंच आपण नाही का आपल्या भोवतालच्या जगातील आणि आपल्याला रोज भेटणाऱ्या माणसांमधील उत्तम गुण बघण्यात अयशस्वी होत? आपण अशा गोष्टींची आतुरतेनं वाट पाहत असतो आणि हातघाईनं धावत असतो, ज्या अस्तित्त्वातच नसतात आणि आपल्या आजुबाजूच्या ह्या खजिन्यांना मुकत असतो.

सकाळी उठल्यावर किती वेळा तुम्ही थांबता आणि पक्ष्यांचा किलबिलाट ऐकता? (मुळातच जर तुम्ही लवकर उठत असाल तर!)

तुमच्या मुलीच्या निरागस हास्याची तुम्ही दाखल घेता का?

जेव्हा तुमची कार एकदाही न थांबता सलग ४०० किलोमीटर धावते, तेव्हा तुम्हाला नवल वाटतं का?

जेव्हा एखाद्या अनवट शब्दाबद्दल माहिती मिळवण्यासाठी तुम्ही गुगलचे सर्च इंजीन वापरता आणि तुम्हाला भारंभार माहिती शोधातून मिळते, तेव्हा तुम्ही आश्चर्यचकित होता का?

तुम्ही एकटे जंगलात ट्रेकसाठी गेला असाल आणि तुम्ही तुमच्या प्रिय व्यक्तीचा फोन नंबर लावलात. जेव्हा तो लागतो, तेव्हा तुम्हाला आश्चर्य आणि कृतज्ञता वाटते का?

तुम्ही साहित्यातील कोणतंही पुस्तक किती सहजपणे वाचू शकता ह्याचं तुम्हाला नवल वाटत नाही? छपाई तंत्रज्ञान, कागद निर्मितीच्या सोयी, पुस्तक वितरणाचं जाळं, इथपासून, ती शाळा जिने तुम्हाला वाचायला शिकवले, तो मित्र ज्याने तुम्हाला हे पुस्तक किंवा लेख वाचण्याचे मेलवर सुचवले, मेल नावाचा मोठा शोध, चष्मा जो तुम्हाला अधिक चांगले वाचायला मदत करतोय ह्या सर्वांना धन्यवाद देण्यासारखे आहेत....

आश्चर्य वाटावं असं खूप काही आहे आणि आपण मात्र तक्रार करत असतो की, आयुष्य कंटाळवाणं आहे.

आपण 'उत्कृष्ट दृष्टी' विकसित करू शकतो का? उत्तम जग बघू शकणारी नजर मिळवू शकतो का?

आपण आयुष्याकडे तिऱ्हाईतपणे न बघता एका वेगळ्या पद्धतीने बघू शकतो का?

***

शांततेतील बोलणे

'शांतता कोणत्याही चुका करत नाही. '

- फ्रेंच म्हण

"शांतता हे शहाण्या माणसाला दिलेलं उत्तर आहे."

- युरीपाईडस

"शांतता हा कधीही न फसवणारा विश्वासू मित्र आहे."

- ॲरीस्टॉटल

स्वामी सुखबोधानंदजींनी घेतलेल्या एक्स्पीरेन्शिअल लॅब (E Lab) कार्यक्रमातील माझ्या दिवसांनी मला वैयक्तिक साक्षात्काराची काही मोठी तंत्रं शिकवली.

स्वामीजींनी आम्हाला पाळायला सांगितलेली एक प्रथा 'वाक् तपस्या' अशी होती. मनुस्मृती निर्मिणाऱ्या मनुच्या मते, जिभेला लावायची शिस्त ही सर्वांत अवघड आहे. वाक् तपस्या ही याच शिस्तीबद्दल आहे. ती शांततेविषयी आहे.

बोलण्याचा तीव्र मोह होत होता, पण मी तो आवरला. सुरुवातीला माझ्या वैचारिक मेंदूनं ह्या उपक्रमाची खिल्ली उडवली, पण जसं त्याला कोलाहल नाहीसा होत असल्याचं समजू लागलं, तशी मला एक वेगळीच शक्ती जाणवली.

प्रत्येक गोष्टीकडे बघण्याचा एक नवीन दृष्टिकोन मला मिळाला. झाडे वेगळी दिसायला लागली. खोडाचा पोत, लाकडाच्या आतील वर्तुळाकार रेषारचना, पानांमधील हिरव्या रंगाच्या तरल छटा, त्यांच्यातून डोकावणारा सूर्यप्रकाश ह्या सगळ्या गोष्टी

जाणवू लागल्या. ही छान सुरुवात होती!

थोड्या वेळानं मी माझ्या 'स्व' सोबत जोडला गेलो आणि नेहमीचा कोलाहल आणि आयुष्यातील गोंधळ दूर झाले. मी माझ्या कार्यालयाचं कामकाज, प्रलंबित राहिलेल्या कोटेशनबद्दलचे ग्राहकांचे फोन, प्रशिक्षण प्रतिक्रियांवरची चर्चा, अपूर्ण राहिलेले हिशोब, माझ्या प्रकाशकाचा पाठपुरावा, टी.डी.एस प्रमाणपत्राचे राहिलेले काम..... कुठल्याच काळजीत नव्हतो.

मी झाडांच्या पानांमधून वाहणाऱ्या वाऱ्याचं संगीत ऐकू शकलो.

अगदी कावळ्याची कावकावसुद्धा गाण्यासारखी वाटली मला. (कदाचित म्हणूनच माझ्या ९ वर्षाच्या मुलीनं तिच्या परीक्षेत लिहिलं होतं की, कावळा हा गाणारा पक्षी आहे. अर्थातच परीक्षकानं ते उत्तर चूक दिलं. आम्हीही तिला सांगितलं, की हे उत्तर चूक आहे. पण तिचं उत्तर बरोबर होतं. खरं तर आपण मोठी माणसं अजाण आहोत, ज्या जगात आपण राहतो, त्या जगाचं खरं संगीत आपल्याला ऐकू येत नाही आणि हे आपल्याला समजतही नाही.)

जसजशी शांतता आपल्याला कवेत घेत जाते, तसतसे आपण आपल्या आत असलेल्या स्व शी आणि 'खऱ्या' जगाशी जोडले जातो. मग आपण खऱ्या अर्थानं स्वतःच्या भावना अनुभवतो. आपण आपला स्वतःचा आवाज ऐकू शकतो. भावनिकरीत्या बुद्धिमान होण्याची ही पहिली आणि सर्वांत महत्त्वाची पायरी आहे.

✳✳✳

चिंतन

गढूळ पाणी, स्थिर राहू द्या, स्वच्छ होईल.

– चीनी म्हण

चिंतनाशिवाय केलेला अभ्यास म्हणजे वेळ वाया घालवण्यासारखं आहे;
अभ्यासाशिवाय चिंतन हे धोकादायक आहे.

– कन्फ्युशीअस

'**जी.** जी. दांडेकर मशीन वर्क्स'चे सी.ई.ओ जितेन शेंडे ह्यांनी मला उद्बोधक असं काहीतरी सांगितलं. त्यांनी मला सांगितले की 'मी माझ्या विक्री विभागातील कर्मचाऱ्यांना सांगितले आहे की, कारखान्यातील शॉप फ्लोअरमध्ये (जिथे लेथ मशीन असतात आणि कामगार काम करत असतात), जिथे जाऊन तुम्ही वेळ वाया घालवता, तिथे जाणे बंद करा. मी त्यांना सांगितले आहे की, जेव्हा तुम्हाला फारसे काम नसेल, तेव्हा तुम्ही फक्त बसा आणि खिडकीबाहेरच्या झाडाचे निरीक्षण करत रहा.'

हे एक साधं परंतु त्याच्या मागे सखोल अर्थ असलेलं वाक्य आहे. सी.ई.ओची अशी इच्छा होती की, कर्मचारीवर्गानं चिंतन करावं.

सध्याच्या सकृतदर्शनी कामात गर्क असणाऱ्या जगात लोक क्वचितच स्वतःशी जोडलेले असतात. हल्लीच्या काळात जेव्हा तुम्ही दर ३ मिनिटांत एसएमएस आल्याच्या सूचनेनं, इ-मेल आल्याच्या सूचनेनं, घरच्या किंवा मोबाइलवर आलेल्या फोननं, तुम्हाला भेटायला आलेल्या माणसाच्या हाकेनं विचलित होता, तेव्हा तुम्हाला विचार करायला वेळ कधी मिळतो?

मोठ्या कृती करण्यासाठी, आपल्याला मोठे विचार करावे लागतात आणि मोठे विचार करण्यासाठी, आपण पाठ टेकून बसून, फक्त विचार करावा लागतो!

विचार करण्याची मूलभूत सवय आपल्या दैनंदिनीचा एक भाग असलीच पाहिजे आणि त्याहून महत्त्वाचं म्हणजे ती सवय आपल्या कर्मचारीवर्गाच्या वेळापत्रकाचासुद्धा एक भाग असली पाहिजे.

अग्रगण्य वृत्तपत्र 'लोकमत'नं अंगीकारलेली एक प्रथा मला सांगायला आवडेल. अतिशय सुयोग्य आणि पत्रकारितेतलं अस्सल व्यक्तिमत्व, श्री. विजय बाविस्कर हे जळगाव व्यवसाय प्रभागाचे जनरल मॅनेजर होते. त्यांनी त्यांच्या व्यवस्थापकीय कर्मचारीवर्गाला कामाचा दिवस सुरू झाल्यावर कमीतकमी ३५ मिनिटं शांतता पाळायला सांगितलं होतं. इतकं की, ऑपरेटरदेखील त्यांना ह्या वेळात फोन ट्रान्स्फर करत नसे. ह्याचे परिणाम अगदी धक्कादायक होते. कार्यक्षमता नाट्यमयरीत्या वाढली. त्याचं कारण असं होतं की, कर्मचारी केवळ उपस्थित होणाऱ्या गोष्टींना प्रतिक्रिया देण्यापेक्षा त्यांना खरोखर काय करणं गरजेचं आहे ह्यावर लक्ष केंद्रित करू शकत होते. विचलित करणाऱ्या गोष्टी नव्हत्या आणि ते सगळे जण काय तातडीचं आहे ह्यापेक्षा काय महत्त्वाचं आहे ते शोधून त्यावर लक्ष केंद्रित करू शकत होते.

मौन किंवा शांतता पाळण्याच्या प्रथेला भारतीय संस्कृतीत अनन्यसाधारण महत्त्व आहे. त्यामुळे तुम्हाला दिवसभरात काय चुकलं हे लक्षात घेऊन ते समजून घेण्यास मदत होते. परिस्थिती अधिक चांगली करण्यासाठी काय करता येऊ शकेल? तुम्ही मागील संकल्पनांचा किंवा ग्राहक संभाव्यतेचा संदर्भ घेऊ शकता का? तुमच्यासाठी आयुष्यात काय जास्त महत्त्वाचं आहे? तुमचं काम व वैयक्तिक आयुष्य ह्याचं संतुलन कशामुळे विस्कळीत होत आहे? तुमचा व्यवसाय योग्य दिशेनं चालला आहे का? आगामी दोन-तीन वर्षांत कोणत्या प्रकारची साधन कमतरता होईल असं तुम्हाला अंदाजानं वाटत आहे? तुमचे लोकांशी नातेसंबंध कसे आहेत? त्यांच्यात साचलेपण आलं आहे का? त्यांच्यात नाविन्य टिकून आहे का? तुमचं मूल तुमया घराण्याची विचारसरणी पुढे कसं नेणार आहे? तिचे किंवा त्याचे मित्र कसे आहेत? ती किंवा तो त्यांच्यासाठी जेवढा वेळ खर्च करतो, तितके ते लायक आहेत का? तुम्ही तुमच्या मुलांना पुरेसा वेळ देताय का? त्यांच्या कुठल्या सवयींवर तुम्हाला काम करणं गरजेचं आहे?

आणि मग :

तुम्ही वाचलेला एखादा सिद्धांत व्यावहारिक आयुष्यात तुम्ही शेवटचा कधी वापरलात?

तुम्ही नवीन आणि अधिक चांगले विचार निर्माण करण्यासाठी पुरेसं वाचन करता का?

तुम्ही साचेबद्ध होत चालला आहात का?

तुम्हाला हानिकारक असणारे तुमचे निकष आणि श्रद्धा तत्त्वं कोणती आहेत?

अंतर्मुख होऊन बघणं आणि धैर्यपूर्ण दृष्टिकोन विकसित करणं हीच वैयक्तिक सबलीकरणाची गुरुकिल्ली आहे.

तुम्ही सुरुवात कधी करणार?

मूक निरीक्षक

"मला त्या माणसाचं मत हवे आहे, जो स्वतःचं मत देऊ इच्छित नाही."

- अब्राहम लिंकन

गेली काही वर्षं आमच्या संघांचा कॉर्पोरेट जगातील अनुभव आम्हाला आणि ग्राहकांना, दोघांनाही समृद्ध करणारा आणि अंतर्दृष्टी देणारा आहे. यामध्ये शिकण्यास साहाय्य करणे, विविध कंपन्यांचे विकसनाचे उपक्रम ह्या गोष्टी झाल्या. मी नुकताच एन्ड्युरन्स टेक्नॉलॉजीज् लिमिटेड ह्या कंपनीच्या वरिष्ठ अधिकाऱ्यांसाठी २ दिवसांचा भावनिक बुद्ध्यांकावरचा कार्यक्रम घेतला. ही कंपनी मोठ्या प्रमाणावर ऑटोमोबाईल भाग बनवते. हे भाग ह्या क्षेत्रातील होंडा, टोयोटा, बजाज, हिरो आणि फोक्सवॅगन अशा जवळजवळ सर्व कंपन्यांना पुरवले जातात.

हा कार्यक्रम एक खूप उत्कट अनुभव आहे आणि त्यात लोकांनी बुद्धीनं आणि मनानं समरस होणं खूप महत्त्वाचं असतं. सहसा, आम्ही असं बघितलंय की, पहिला दिवस जरा संकल्पनात्मक असल्यानं थोडासा रटाळ आणि झोप येईल असा आणि आव्हानात्मकही असतो. सुदैवानं माझ्या कार्यक्रमात लोक नेहमीच तो एखाद-दोन तास ताणला गेल्यानं जरासे थकतात; पण ते कार्यक्रमाशी जोडले जाऊ शकतात व कंटाळत नाहीत. एन्ड्युरन्स टेक्नोलॉजीजचा कार्यक्रम काही ह्याला अपवाद नव्हता. दोन्ही दिवस आम्ही दोन तास जास्त काम केलं कारण चर्चा अधिक अर्थपूर्ण आणि सुसंगत होत गेल्या. सर्व २१ शिबिरार्थी पूर्णपणे समरस झाले होते आणि विचारांची देवाणघेवाणही करत होते.

कार्यक्रमाच्या शेवटी मी जेव्हा प्रशिक्षणाचं साहित्य आणि लॅपटॉप आवरत होतो, तेव्हा हॉटेलातील एक वाढपी चालत आला आणि माझ्या शेजारी, माझं आवरून

होण्याची वाट बघत उभा राहिला. तो कॉन्फरन्स रूममध्ये सकाळपासून आम्हाला आमच्या छोट्या-छोट्या गोष्टींमध्ये मदत करत होता, आमच्या कॉफी आणि जेवणाच्या वेळात त्याने खूपच छान व्यवस्था ठेवली. तो उभा आहे हे मला माहीत नव्हतं आणि मी आवरता आवरता काही शिबिरार्थींशी बोलत होतो.

माझं आवरून झाल्यावर तो माझ्याकडे पाहून हसला. मला वाटलं त्याला बक्षिशी हवी आहे. अगदी कृत्रिम हसून माझा हात माझ्या पाकिटाकडे गेला आणि मी शंभर रुपयाची नोट काढली. त्या वाढप्यानं मला ताबडतोब थांबवलं आणि म्हणाला, "नाही नाही सर! मला फक्त तुम्हाला काही सांगायचं होतं. तुमचा कार्यक्रम खूपच यशस्वी झालेला दिसतोय. लोकांना तो आवडलाय."

मी त्याच्याकडे अचंब्यानं आणि हुरळून जाऊन पाहिलं, तरी पण माझा थोडा विश्वास बसत नव्हता. मी म्हटलो, "तुला कसं माहीत? तुला आशय कळला का?"

तो जोरात हसला, "अहो नाही, साहेब. मी अडाणी माणूस आहे. तुम्ही काय बोललात हे मला कळलं सुद्धा नाही, पण मी बघितलं की, दोन्ही दिवस जेवणानंतरच्या कार्यक्रमात एकही माणूस पेंगत नव्हता. सगळे जण दक्ष होते आणि हिरीरीनं तुमच्या चर्चेत सहभागी होत होते. मी असे कितीतरी कार्यक्रम बघितलेत जिथे लोक जेवणानंतर चक्क पेंगतात. ह्या कार्यक्रमात, स्वादिष्ट जेवणानंतरही, लोक तरतरीत आणि कार्यक्षम होते."

त्याच्या निरीक्षणकौशल्यानं मी अचंबित झालो आणि कृतकृत्य झालो. अशा मूक निरीक्षकांकडून नेहमीच प्रतिक्रिया घेण्याची मी मनाशी खूणगाठ बांधली. सर्व गोष्टी कडेला उभं राहून शांतपणे निरखणारे हे चाणाक्ष निरीक्षक, प्रामाणिक आणि निःपक्षपाती अभिप्राय देऊ शकतील.

मला खूप आनंद झाला. एका तथाकथित निरक्षर परंतु खूप उत्तम अंतर्दृष्टी आणि अंतर्ज्ञान असलेल्या माणसानं, मला श्रेष्ठत्वाचं प्रमाणपत्र दिलं होतं! मला जाणवलं की, आयुष्यात कितीतरी लोक असे असतात की ज्यांची कदाचित आपण दखलही घेणार नाही, ते असल्याची पोच देणं तर सोडाच ते आपलं निरीक्षण करत असतात आणि आपलं परीक्षणही करतात. सामान्यतः आपल्याला त्याच माणसांच्या मतांमध्ये रस असतो, जे वैयक्तिक किंवा व्यावसायिक दृष्टीनं आपल्यासाठी महत्त्वाचे असतात. पण बऱ्याचदा जे लोक आपल्यासाठी तितकेसे महत्त्वाचे नसतात, तेच आपल्या डोळ्यात सत्याचं अंजन घालतात.

अशा मूक निरीक्षकांकडून इशारे आणि अभिप्राय नेहमी टिपत चला. तसे किती जण आहेत हे बघून तुम्हाला आश्चर्य वाटेल.

नंदूची भेट : संथ व्यवस्थापन

*"थोडं थांबा आणि आयुष्याची मजा घ्या. वेगानं जाताना तुम्ही केवळ
रम्य दृश्यच नाही गमवत, तर तुम्ही कुठे आणि का चालला आहात ह्याचं भानही
हरवून बसता."*

- एडी कँटर

माझा मित्र नंदू अडवाणी ह्यानं मला मागच्या वाढदिवसाला एक उत्तम भेट
दिली. आम्ही त्या संध्याकाळी एक छोटीशी पार्टी ठेवली होती आणि पार्टी
चालू असतानाच माझा मोबाईल फोन वाजला. मी फोन घेणारच होतो इतक्यात नंदू
मला म्हणाला, "सतीश, स्वतःला आज एक भेट दे, नको घेऊ तो फोन आणि एक
नियम म्हणून, जेव्हा तू मजेत जेवत असशील, तेव्हा आलेले फोन घेणं बंद कर. तू
करू शकतोस का हे?" त्याचे डोळे त्याच्या शब्दांपेक्षा जास्त बोलके होते. त्याच्या
काळजीनं आणि तितकंच त्याच्या भाष्यानं मला थांबवलं, विचार करायला आणि
ठरवायला लावलं. मी फोनची रिंग वाजू देत राहिलो. जर तो महत्त्वाचा फोन असता,
तर ज्या कोणी तो फोन केला असेल तो परत करेल.

त्या दिवसापासून, मी अशा प्रकारे मुद्दामहून वेग कमी करायचा सराव सुरू केला.
मला हे जाणवलं, की ह्या सरावानं केवळ तुम्हाला शांततेनं आनंदात जेवण्याचं
सुखच मिळत नाही, तर 'नाही' म्हणण्याची शक्ती पण मिळते. "नाही" - त्या
गोष्टींना, ज्या तुमच्या एकांतात अडथळा आणतात! गोष्टी थांबू शकतात!

तुमचा वैयक्तिक वेळ हा पूर्णपणे वैयक्तिक असला पाहिजे. तंत्रज्ञान आता तुम्हाला
कुठेही शोधून काढू शकते; अगदी तुम्ही अंघोळ करत असतानासुद्धा किंवा तुम्ही
जंगलात असतानादेखील. मेरीलीन फर्ग्युसनचं म्हणणं कायम लक्षात ठेवणं महत्वाचं
आहे, "आपले तंत्रज्ञान आणि साधने निवडण्याआधी आपण आपली स्वप्ने आणि

मूल्ये निवडलीच पाहिजेत. काही वेळा तंत्रज्ञान आपल्या स्वप्नांच्या उपयोगी पडतं आणि काही वेळा तंत्रज्ञान आपल्या स्वप्नांपासून दूर नेतं.''

मी सुट्टीवर असताना फोन घेत नाही. मी मेल्स बघायला ठरावीक वेळच नेमून ठेवतो. फिरायला जाताना किंवा कुटुंबाबरोबर कारमधून चक्कर मारायला जाताना मी फोन घरी 'विसरतो'.

काहीही झालं, तर मोबाईल फोन हा माझ्या सोयीसाठी आहे, तो वापरणं माझ्यासाठी सोयीचं असलंच पाहिजे.

धन्यवाद, नंदू, तू मला दिलेली ती भेट, खऱ्या मित्राची भेट होती – संथ व्यवस्थापनाची शक्ती.

आठवड्याची सुट्टी

"सुट्टी हा तो काळ आहे जेव्हा तुम्हाला वाटतं की, तुम्ही काहीही करत नसताना, करायला काहीतरी असावं."

- फ्रँक टायगर

मला हे खूप अजब वाटतं की, अधिकृत सुट्टीच्या दिवशीदेखील, कारखानदार, दुकानदार किमान सकाळचा वेळ तरी त्यांच्या कामाच्या ठिकाणी बसून घालवतात. मला अजून कोड्यात पाडणारी गोष्ट म्हणजे जे कारण ते देतात, "घरात बसून काय करणार, म्हणून आम्ही ऑफिसला जातो."

ही गोष्ट विशेषतः लहान ठिकाणांच्या बाबतीत खरी आहे.

मला हे समजूच शकत नाही. लोक त्यांच्या दैनिक नित्यक्रमाच्या इतके आहारी गेलेत का, की न चुकता ते सुट्टीच्या दिवशीदेखील ऑफिसला जाऊन पोचतात? सत्कारणी वेळ लावण्यासारखं खरंच असं काहीही नाहीए, की जे सुट्टीच्या दिवशी करता येईल?

स्वतःच्या मुलांच्या पुस्तकांकडे त्यांनी शेवटचं कधी पाहिलं होतं?

(त्यांना हे तरी माहीत आहे का की त्यांची मुलं कोणत्या वर्गात आहेत? किंवा मागच्या परीक्षेत मुलांनी किती वाईट किंवा चांगले गुण मिळवले आहेत?)

मुलांना वक्तृत्व स्पर्धेसाठी किंवा वादविवादासाठी त्यांनी मदत केली होती, असं शेवटचं कधी घडलं होतं?

शेवटचं ते कधी तळ्याकाठी किंवा त्यांच्या आसपासच्या बागेतील गवतावर चालले होते?

बायकोबरोबर दुपारच्या जेवणाला ते शेवटचं कधी बाहेर गेले होते? (रात्रीचं बाहेर जेवणं सोपं आहे. पण दुपारी? दिनक्रमात बदल म्हणून?)

त्यांचं आवडतं पुस्तक त्यांनी शेवटचं कधी हातात घेतलं होतं? किंवा भडक आणि कंटाळवाणी दैनंदिन मालिका सोडून एखाद्या अमर कलाकृती असलेल्या सिनेमाची डी.व्ही.डी त्यांनी कधी पाहिली होती?

एखाद्या सामाजिक कार्यासाठी त्यांनी शेवटचा कधी वेळ दिला होता?

घरच्या भाज्या आणि किराणाचं सामान त्यांनी शेवटचं कधी आणलं होतं? (हे करताना नक्कीच अनेक लोकांचे डोळे उघडतील. महिन्याचं बजेट सांभाळण्याविषयी एक दोन गोष्टी तरी ते नक्की शिकतील.)

छान मसाज आणि फेशिअल करून घ्यायला त्यांना शेवटचा वेळ कधी मिळाला होता? किंवा मुलाला मसाज करायला? किंवा कुटुंबाबरोबर बैठा खेळ खेळायला? किंवा त्यांच्या कुत्र्याला अंघोळ घालायला?

वस्तुस्थिती अशी आहे की, खरंच तुम्ही कल्पक असाल, तर तुम्ही असे म्हणायची चूक कधीच करणार नाही, ''मला सुट्टीच्या दिवशी काय करू हेच कळत नाही.''

मी खरंच सुट्ट्यांची वाट बघतो. सुट्टीमुळे मी ताजातवाना होतो आणि स्वतःशी परत जोडला जातो आणि त्या सर्व गोष्टींशी जोडला जातो, ज्या माझ्यासाठी फार महत्त्वाच्या आहेत.

❈❈❈

बोले तैसा चाले!

"खूप लोक तत्त्वांमध्ये उदारमतवादी असतात, पण आचरणाच्या बाबतीत अनुत्सुक असतात."

- जॉन बर्गेस

"तुम्ही श्रीमंत असताना तत्त्वं असणं सोपं आहे. गरीब असताना तत्वनिष्ठ असणं महत्त्वाचं आहे."

- रे क्रॉक

एखाद दोन दिवसांपूर्वी मी माझ्या प्रशिक्षण कार्यक्रमांचं अजून एक धकाधकीचं वेळापत्रक उरकून परतलो होतो. तेव्हा मी माझ्या आईशी बोललो. मला नक्की आठवत नाही आम्ही त्या संभाषणात काय बोललो. पण तिने गप्पांच्या दरम्यान सांगितलेली एक गोष्ट मला सुस्पष्टपणे आठवते आहे. खूप पूर्वी ऐकलेल्या एका गोष्टीचा तिने पुनरुच्चार केला: 'जाहीर व्यासपीठावर गोष्टी केवळ बोलणं हे त्या गोष्टी कृतीत उतरवण्यापेक्षा सोपं असतं.' माझ्या प्रशिक्षण कार्यक्रमांना आणि सेमिनारना चांगला प्रतिसाद मिळत होता आणि बहुधा माझ्याविषयी कौतुकाचे शब्द तिच्यापर्यंत पोहोचले असावेत. अर्थातच तिला आनंद झाला, परंतु माझ्या कार्यक्रमात सहभागी झालेल्या लोकांच्या नजरेतल्या माझ्या विश्वासार्हतेबद्दल ती काळजीत होती.

पुढचे काही दिवस मी नकळतपणे आईच्या शब्दांवर विचार करीत राहिलो.

जाहीर व्यासपीठावर गोष्टी केवळ बोलणं हे त्या गोष्टी वास्तव जगात कृतीत उतरवण्यापेक्षा सोपंच असतं.

असा विचार करणाऱ्या लोकांबाबत दोन प्रश्न माझ्या मनात आले.

एक म्हणजे, ज्या विचारांची आपण शिफारस करतो, ते आचरणात आणणं जरी सोपं नसलं (इतकं, की तो वक्ता किंवा प्रशिक्षक स्वतःदेखील त्याने सुचवलेले नित्यक्रम नेहमी पाळू शकत नाही), तरी ह्याचा अर्थ असा होतो का, की ते एक विचार किंवा तत्त्वं म्हणून महत्त्वाचे किंवा बहुमोल नाहीत? किंवा असं आहे का, की लोकांचा, स्वतःला निवांत वाटून घेण्याचा हा एक मार्ग आहे - म्हणजे तो वक्ता जे प्रवचन देतोय ते तो स्वतःच अमलात आणत नाही, तर त्यांनीही आचरणात नाही आणलं तरी चालेल.

माणसाचं मन असा विचार करतं का, दुसरं कोणीतरी माझ्या इतकंच भ्रष्ट झालं आहे म्हणून मी आनंदात आहे?...ह्याचा अर्थ असा होतो की, मी एकटा नाही, त्यामुळे म ला काळजी करण्याचं कारण नाही. असे कितीतरी लोक आहेत जे लाच देतात आणि घेतात, पण म्हणून मी तसं करणं योग्य आहे? किंवा खूप लोक सामान्य आयुष्य जगतात, म्हणून मीही तसंच जगावं का? अनेकांना आर्थिक अडचणींना सामोरं जावं लागतं, पण म्हणून मी देखील अपयशी होताना सहज सोडून द्यायचं का?

नाही. मी म्हणेन त्यांनी असा विचार करायची गरज आहे की, माझं स्वतःचं अपंगत्व मला स्वीकारता यावं म्हणून मी ह्या विचारांच्या कुबड्या तर नाही वापरत आहे ना? मी काही भूमिका का घेत नाही? का सुमार आणि अपयशी जगणं आणि काम, केवळ इतरांनी त्यांच्या आयुष्यात मान्य केलं म्हणून, ते मीही मान्य करावं?

किंवा हे माझ्या भीतींशी लढण्याचं आणि माझ्या सवयी मोडण्याचं धैर्य मी का एकवटू नये आणि समृद्धीच्या वाटेवर का पुढे जाऊ नये? जर मी माझ्यामधल्या पुढाकार आणि महत्त्वाकांक्षा अभावाचं कारण असं देत असेन की, हे तत्त्वतः ठीक आहे पण वास्तव जग वेगळं असतं,- तर माझे मलाच पराभूत करणारे विचार पटवून देण्याचा हा किती लाजिरवाणा मार्ग आहे!

माझ्याबद्दल बोलायचं झालं तर, जर मला माझ्या विचार आणि कृती यांवर गाढ विश्वास नसता, तर मला असं माझ्या कार्यक्रमांमध्ये बोलणं किंवा हे पुस्तकदेखील लिहिणं सोपं वाटलंच नसतं. काही क्षण असे असतात की, माझं अंतर्मन मला हा प्रश्न विचारतंच: तू जे करतो आहेस त्यावर तुझा विश्वास आहे का? जर ह्याचं उत्तर ठाम 'हो' असं नसेल, तर मला बोलणं आणि तरीही लोकांना विश्वासार्ह वाटणं अतिशय अवघड जातं.

तसं करणं म्हणजे एकप्रकारे खोटं बोलणं असतं आणि मला खोटं बोलणं अवघड जातं.

आपली जुनी म्हण 'बोले तैसा चाले' आहे त्याला एक ढळढळीत उपसिद्धांत आहे 'चालाल तसे बोला!'

✽✽✽

ऊर्जा

तुमच्या आंतरिक विश्वात नवचैतन्याची निर्मिती

आयुष्य साजरे करा... नेहमीच!

“तुमच्या आयुष्यातील प्रत्येक दिवस तुम्ही जगा.”

- जोनाथन स्विफ्ट

इथं मी मला कोणीतरी पाठवलेली इ-मेल देत आहे आणि मला असं वाटतं की, ही मेल म्हणजे रोजच्या जीवनातील आनंदाचं सर्वोत्तम व्यावहारिक मार्गदर्शन आहे. कारण या मेलमध्ये आयुष्य भरभरून कसं जगावं याबद्दल लिहिलं आहे.

आयुष्याचं छोटंसं सूचना पुस्तक

- घट्ट हस्तांदोलन करा.
- लोकांच्या नजरेस नजर द्या.
- अंघोळ करताना गाणं गुणगुणा.
- चांगली म्युझिक सिस्टीम तुमच्याकडे असायला हवी.
- जर मारामारी झाली, तर पहिला ठोसा तुम्हीच द्या आणि तो जोरात द्या.
- कोणत्याही माणसाच्या बाबतीत आशा सोडून देऊ नका. चमत्कार रोज घडतात.
- समोरच्याने पुढे केलेला हात नेहमी स्वीकारा.
- शूर व्हा. जरी तुम्ही नसलात, तरी आहात असं भासवा. कोणालाच फरक कळू शकत नाही.
- आनंदानं शीळ घाला.
- उपरोधिक बोलणं टाळा.

▶ तुमच्या आयुष्याचा जोडीदार काळजीपूर्वक निवडा. तुमच्या आयुष्यातील आनंद किंवा दुःखापैकी ९० टक्के भाग त्यावर अवलंबून असतो.

▶ अशा माणसांसाठी चांगल्या गोष्टी करण्याची सवय लावून घ्या, जे कधीच शोधून काढणार नाहीत ते कोणी केलं.

▶ जी पुस्तकं परत मिळाली नाहीत तरी तुम्हाला काहीही वाटणार नाही, अशीच पुस्तकं उधार द्या.

▶ कोणाचीही आशा कधीही हिरावून घेऊ नका, कदाचित त्यांच्याकडे फक्त आशाच असेल.

▶ मुलांबरोबर खेळ खेळताना, त्यांना जिंकू द्या.

▶ लोकांना दुसऱ्यांदा एक संधी जरूर द्या, पण तिसरी नको.

▶ तुम्हीच तुम्हाला माहीत असलेले सर्वांत सकारात्मक आणि उत्साही माणूस व्हा.

▶ स्वतःला जरा ढिलं सोडा. आराम करा. जीवन-मरणासारखे दुर्मीळ प्रसंग सोडता कोणतीही गोष्ट प्रथमतः वाटते तितकी महत्त्वाची नसते.

▶ तुमच्या आयुष्यातील महत्त्वाच्या क्षणांमध्ये फोनमुळे अडथळा येऊ देऊ नका. तो तुमच्या सोयीसाठी आहे, फोन करणाऱ्याच्या नव्हे.

▶ अपयश आल्यावरही ते खिलाडू वृत्तीनं घ्या.

▶ चांगले जेते व्हा.

▶ कोणी तुम्हाला मिठी मारली, तर त्यालाच ती सोडावीशी वाटेपर्यंत राहू द्या.

▶ विनम्र रहा. तुम्ही जन्माला यायच्या आधी बरंच काही साध्य झालं आहे.

▶ साधेपणा ठेवा.

▶ ज्या माणसाकडे हरण्यासारखं काहीच उरलं नाहीए, त्याच्यापासून सावध रहा.

▶ पूल मोडू नका अर्थात संबंध तोडू नका. तुम्हाला ह्याचं आश्चर्य वाटेल की, परत त्याच नदीनं जायची कितीदातरी वेळ येईल. (म्हणजेच तीच तीच माणसं तुम्हाला अनेकदा भेटू शकतात.)

▶ आयुष्य असं जगा की, तुमच्या थडग्यावर लिहिलं जाईल - 'कोणतीही खंत नाही.'

- धाडसी आणि धैर्यशील बना. जेव्हा तुम्ही आयुष्याकडे मागे वळून बघाल, तेव्हा तुम्ही केलेल्या गोष्टींपेक्षा, न केलेल्या गोष्टींची तुम्हाला खंत वाटेल.
- तुम्ही एखाद्यावर प्रेम करता हे सांगण्याची संधी कधीही दवडू नका.
- लक्षात ठेवा, एकट्याला कधीच कुठेच पोहोचता येत नसतं. मन कृतज्ञ ठेवा आणि ज्यांनी मदत केली, त्यांना तत्परतेनं त्याची पोच द्या.
- तुमच्या वृत्तीवर तुमचाच ताबा ठेवा. इतरांना तुमची वृत्ती ठरवू देऊ नका.
- मित्र आणि नातेवाईकांना हॉस्पिटलमध्ये भेटायला जा. तिथे तुम्ही काहीच मिनिटं थांबण्याची गरज असते.
- प्रत्येक दिवसाची सुरुवात तुमच्या आवडत्या संगीतानं करा.
- मधूनच कधीतरी, त्या निसर्गरम्य रस्त्यानं जा.
- फोन आल्यावर उत्साही आणि विनम्र आवाजात बोला.
- तुमच्या बिछान्याच्या शेजारी छोटी वही आणि पेन्सिल ठेवा. लाखमोलाची कल्पना कधीकधी रात्री ३ वाजता सुचते.
- उदरनिर्वाहासाठी छोट्यात छोटं काम करणाऱ्या प्रत्येकाबद्दल आदर ठेवा.
- तुमच्या प्रिय व्यक्तींना फुलं पाठवा. कारण नंतर शोधा.
- कोणासाठी तरी तुम्ही आदर्श बना.
- प्रेमासाठी लग्न करा.
- तुम्हाला असलेले आशीर्वाद मोजा.
- तुम्ही कोणाकडे जेवायला गेले असाल, तर जेवणाची प्रशंसा करा.
- शाळेच्या बसमधील मुलांकडे बघून त्यांना टाटा करा.
- लक्षात ठेवा, कोणत्याही नोकरीतील यशाचा ८० टक्के भाग हा तुमच्या, लोकांशी जमवून घेण्याच्या क्षमतेवर अवलंबून असतो.
- आयुष्य प्रत्येक वेळी न्याय्य असेल अशी अपेक्षा करू नका.

***

अत्युच्च उत्तेजना

"सामान्यत्व आणि असामान्यत्वातील फरक शब्दात मांडायचा झाला, तर स्फूर्ती असंच लिहिता येईल."

– नॉरमन विन्सेंट पिअल

"उत्साह म्हणजे आयुष्याची वीज आहे. कसा येईल तो तुमच्यात? जोपर्यंत ती तुमची सवय होत नाही, तोपर्यंत तुम्ही उत्साहात रहा."

– गॉरडन पार्क्स

मी मध्यंतरी एका वृद्धाश्रमात (जिथे सर्व जण साठीच्या वरचे आहेत) केलेल्या एका प्रयोगाबद्दल वाचलं. त्यांना त्यांच्या दिनक्रमात एक बदल करायला सांगितला. त्यांना सर्व गोष्टी नेहमीपेक्षा वेगानं करायला सांगितल्या. ते अजून जास्त वेगानं चालू शकले, अधिक जलद उठून उभे राहू शकले किंवा बसू शकले, जेवणाच्या टेबलापर्यंत पटापट जाऊ शकले आणि अजून अशा अनेक गोष्टी. स्वतंत्र निरीक्षकांना ह्या लोकांचे दोन फोटोंचे संच दाखवण्यात आले – एक संच प्रयोग सुरू होण्याआधी काढण्यात आला होता आणि दुसरा दोन महिन्यांनंतर. स्वतंत्र निरीक्षकांनी दोन्ही संचांची तुलना केली आणि त्यांच्या विश्लेषणातून असं आढळलं की, ज्यांना पूर्वी सरळ चालता येत नव्हतं, ते सरळ चालू लागले, ज्यांना काठीचा आधार लागायचा, ते आता काठी न घेता चालू लागले, सगळ्यांची त्वचा जास्त निरोगी दिसू लागली (आणि वैद्यकीय चाचण्यांमध्ये हे दिसून आलं की, त्यांच्या शरीरातील रक्तपुरवठा सुधारला आहे).

अशी कोणती गोष्ट होती ती, ज्याच्यामुळे वयस्कर लोकांच्या आयुष्यात इतका मोठा बदल घडून आला?

वेगवान हालचाली करून त्यांनी चक्क स्फूर्तीला त्यांच्या आयुष्यात आमंत्रित केलं होतं!

हीच अत्युच्च उत्तेजना आहे!

उत्तम आणि सर्वोत्तम ह्यातील मोठा फरक, बहुतांश वेळा स्फूर्ती हाच असतो.

आणि तो सांसर्गिक आहे.

'स्फूर्ती' (एन्थूझीएइझम) ह्या इंग्रजी शब्दाचं मूळ एका अफलातून ग्रीक शब्दात आहे, तो शब्द आहे 'एन्थेओस' म्हणजे आपल्या आतला देव. मग त्यामुळे चमत्कार घडले, तर नवल ते काय?

प्रेरणा म्हणजे काही उत्स्फूर्ततेचं सवंग प्रदर्शन नव्हे. भडक असणं आणि उत्साही असणं ह्या दोन वेगळ्या गोष्टी आहेत. एकाचं मूळ आक्रमकतेत आहे, तर दुसऱ्याचं मूळ आत्मविश्वासात आहे. आत्मविश्वास ही तर प्राधान्य द्यावे अशी जीवनशैली आहे.

स्फूर्ती हे एका आंतरिक भावनेचं बाह्य प्रकटीकरण आहे. ती आंतरिक भावना म्हणजे चांगुलपणा, किंबहुना महत्ततेची भावना. महात्मा गांधी, इंदिरा गांधी, नेल्सन मंडेला, अमिताभ बच्चन, शाहरुख खान, आमीर खान, जिम कॅरी, सचिन तेंडुलकर, स्टेफी ग्राफ -कोणत्याही प्रख्यात व्यक्तीचं नाव घ्या. तुम्हाला त्यांचा उत्साह आणि त्यांच्या कृतीचा वेग, ह्यात परस्पर संबंध आहे हे लक्षात येईल.

जलद गतीनं चालणं, जिना अजून चटकन चढणं किंवा असं करताना एखादी पायरी गाळणं, एकंदरच शरीराची वेगवान हालचाल... ह्या सर्व गोष्टींमुळे उत्स्फूर्ततेला आमंत्रण मिळतं आणि ती वृद्धिंगत होण्यास मदत होते.

आणि जर ते तुम्हाला जमत नसेल, तर तसा आव आणा. हळूहळू त्याची खरोखरीच सवय होईल.

आपल्या मनात उत्साह बिंबवण्यासाठी आपण मुलांकडून खूप प्रेरणा घेऊ शकतो. त्यांच्याबरोबर खेळा; त्यांच्यासारखे खेळा, त्यांच्यासारखे विचार करा. ह्यामुळे केवळ तुमची लोप पावत चाललेली निरागसताच परत येणार नाही, तर त्यांच्या उत्साहामुळे तुमचे स्वास्थ्यदेखील उंचावेल.

थांबू नका, आत्ता सुरुवात करा आणि तुमची ऊर्जा केंद्रं पुन्हा प्रभारित करा!

***

तुम्ही बिछान्यातून कसे उठता?

माणसं जोपर्यंत उद्दिपीत होत नाहीत, तोपर्यंत त्यांच्यात काहीच विशेष नाही.

- मायकेल डे मोंटाइन

मी अनेकदा माझ्या प्रशिक्षण शिबिरातील शिबिरार्थींना विचारतो, "तुम्ही बिछान्यातून कसे उठता?"

१० पैकी ८ वेळा लोक म्हणतात ते त्यांचा गजर स्नूझवर टाकतात किंवा तक्रार करतात, "अरे यार, आता उठावेच लागणार! सकाळ होतेच कशाला?"

आणि नकळतपणे, हाच पूर्ण दिवसाचा सूर ठरतो.

मला प्रामाणिकपणे असं वाटतं, की तुम्ही हा पहिला विचार बदललात, तर तुमचा दिवस वेगळा जाईल. कारण, सुरुवात ही फार महत्त्वाची असते.

जेव्हा मी उठतो, तेव्हा मी अगदी पुनर्जीवन मिळाल्यासारखा असतो. माझ्या चेहऱ्यावर मोठं हसू असतं आणि मला वाटतं, 'वा! एक सुंदर नवा दिवस सुरू करायची वेळ झाली!' यातून मला आयुष्याकडे बघायचा पूर्णपणे नवा दृष्टिकोन मिळतो.

सुरुवातीलाच योग्य सूर लागल्यानं, माझा पूर्ण दिनक्रम स्फूर्तीनं भारून जातो.

हे बघा, जरी आपण बिछान्यातून उतरलो, तरी आपण वस्तुतः उठतो.

इथे महत्त्वाचं हे आहे की एका नव्या पातळीवर जाऊन पोचणं.

'इन्फ़िनिथेइजम'चे महात्रिया रा हे बऱ्याचदा त्यांच्या लिखाणाच्या शेवटी 'अस्तित्त्वात असल्याबद्दल उद्दिपीत' असे लिहितात.

किती उत्तम दिशा आहे ही विचार करण्याची!

तुमच्या आयुष्यात उत्स्फूर्ततेची आरोग्यदायी मात्रा मिसळण्याचा अजून एक हमखास मार्ग म्हणजे व्यायाम. खंडीभर लेख आणि वैद्यकीय जर्नल व्यायामाची शिफारस 'फील गुड' तंत्र म्हणून करतात. तुमचे फॅमिली डॉक्टरदेखील तुम्हाला हाच सल्ला देतात. पण मला माझ्या आजूबाजूचे एक टक्काही लोक मैदानावर दिसत नाहीत, किंवा तळ्याकाठी झाडांमध्ये दिसत नाहीत, किंवा टेकडीवर, किंवा बॅडमिंटन किंवा टेनिसच्या कोर्टवर दिसत नाहीत.

खरंच हे किती दयनीय आहे, कारण केवळ ३० ते ४० मिनिटे रोज व्यायाम केल्यानं तुमचा उत्साह जितका वाढू शकतो, तितका तो कशानंही वाढत नाही.

जरी मी खूप प्रवास करत असलो, तरी माझ्या बॅगमध्ये मी पहिली गोष्ट कोणती ठेवत असेन तर माझे जॉगिंगचे बूट. अंदाजे २० ते ३० मिनिटे जॉगिंग किंवा जलद चालणं, थोडे सूर्यनमस्कार (जे पुश-अप व्यायामाचं मूळ आहे), क्रंच व्यायाम प्रकारचे एखाद दोन संच -हे इतकंच लागतं, फक्त शरीर पीळदार होण्यासाठीच नाही, तर आंतरिक ऊर्जेचा तो मौल्यवान स्रोत - स्फूर्ती मिळवण्यासाठी!

'कार्यक्रमात सतत सकारात्मक ऊर्जा होती आणि तिची पातळी निश्चितच उच्च होती' अशी माझ्या प्रशिक्षण वर्गानंतर मला विशिष्ट प्रशंसा मिळते. त्याचं कारण कदाचित हेच असू शकेल.

***

माझी प्रेरणास्थाने

''मोठा माणूस तो आहे, जो स्वतःतील लहान मूल गमावत नाही.''

– मेनंस

''आनंदी बालपण असायला कधीच उशीर झालेला नसतो.''

– टॉम रॉबीन्स

देवाच्या आशीर्वादाने मला व मितूला एक मुलगा व एक मुलगी आहेत. ते दोघेही आनंददायी प्राणी आहेत. त्या दोघांमध्ये कमालीची ऊर्जा आहे आणि त्यांचा आनंदाचा आणि हास्याचा पंथ, हेवा वाटेल असा आहे.

ते मला कितीतरी छोट्या गोष्टींची सतत आठवण करून देतात.

जेव्हा ते टॉम आणि जेरी बघताना हसून गडाबडा लोळतात, तेव्हा मला आठवण होते की, आयुष्यातील (ध्येयांचा) पाठपुरावा मजेत करायचा आहे आणि त्यांच्यासाठी सकारात्मक मानसिकतेनं लढायचं आहे.

त्यांना माझ्या नातेवाईकांनी दिलेल्या कोणत्याही छोट्या भेटवस्तूंचं अप्रूप असतं. त्यांना भेटवस्तू स्वीकारायला आवडतं आणि त्या लगेचच उघडून बघण्यासाठी त्यांची उत्सुकता आणि आतुरता शिगेला पोचलेली असते. यातून देवानं मला बहाल केलेल्या सर्व भेटींचा आनंद आणि उपभोग घ्यायची आठवण होते.

त्यांना शाळेतील सर्व उपक्रमांमध्ये सहभागी व्हायचं असतं. माझा मुलगा त्याच्या शाळेतील वाद्यवृंदाच्या संघात आहे. शाळेतील एका सामूहिक सभेत माझ्या मुलानं काही जादूच्या करामती केल्या, एका गाण्यावर नाच केला आणि मुलांसाठी बसवलेल्या सर्कसमध्ये कसरतीचे खेळ केले. त्याची आई स्टेजच्या मागे त्याला

विविध भूमिकांसाठी वेशभूषा करून तयार करण्यात व्यग्र होती. त्याने अतिशय जोशात आणि आनंदात काम केलं. योग्य मानसिकतेनं काम करणं हे प्रत्येक भूमिकेमध्ये माझ्यातील सर्वोत्तम देण्यासाठी (मग माझी कोणतीही भूमिका असो - मुलगा, वडील, शिक्षक, वरिष्ठ, व्यावसायिक, यश मार्गदर्शक, रोटरीचा स्वयंसेवक, मित्र, भाऊ) किती महत्त्वाचं, किती फायदेशीर आणि सरतेशेवटी किती सोपं आहे, हे त्याला बघताना माझ्या लक्षात आलं.

यातील कोणत्याही भूमिकेत अजून मी सर्वोत्तमतेच्या मार्गावर पोचलो नाही आहे आणि मला आदर्श होण्याबद्दल तिटकारा आहे. पण ज्या बांधिलकीनं आणि उत्स्फूर्ततेनं मी माझी प्रत्येक भूमिका जगतो ते महत्त्वाचं आहे.

माझ्या मुलांकडून मी बरंच काही शिकलो आहे. माझ्या मुलीला शाळेतील वक्तृत्व संघात सहभागी व्हायचं असतं आणि सामूहिक बैठकीचं निवेदनही करायचं असतं. ती दोन्ही गोष्टी तितक्याच उत्साहानं आणि तितक्याच छान करते. तिला विविध स्पर्धा परीक्षांचं आव्हान स्वीकारायला आवडतं, तरीही ती स्वतःला 'बॅकयार्ड सायन्स', 'मॅड मॅजिक' आणि 'मिस्टर बीन' बघण्याच्या मजेपासून वंचित करत नाही.

माझ्या मुलानंदेखील अभ्यासक्रम आणि अभ्यासेतर गोष्टींचा असाच समतोल साधला आहे. त्याला कधीच कळणार नाही की, कोणालाही अभ्यास आणि खेळ यातील एकच का निवडावे लागते; त्याच्या दृष्टीनं प्रत्येकानं दोन्ही गोष्टी केल्याच पाहिजेत आणि ते त्या करू शकतात.

अशी तरुण माणसं आपल्याला वैयक्तिक आणि व्यावसायिक जीवनाचा समतोल साधायला शिकवतात. आपल्या तथाकथित लौकिक बुद्धिमत्तेला तर्कनिष्ठ करण्यापेक्षा, आपण थोडं थांबू या आणि मुलांकडून शिकण्याचं धाडस करू या.

***

खादाड!

*"जितकं जास्त खाल, तितकी कमी चव लागेल,
जितकं कमी खाल, तितकी जास्त चव लागेल!"*

– चिनी म्हण

"खाणं माणसाचं काम आहे, पचवणं देवाचं काम."

– चार्ल्स टाउनसेंड कोपलँड

स्वामी सुखबोधानंदजींच्या अस्तित्त्ववादावर आधारित चार दिवसीय कार्यक्रमात सहभागी होणं म्हणजे आध्यात्मिक मेजवानीच होती. आम्हाला सराव करायला सांगितलेल्या इतर गोष्टींबरोबरच एक गोष्ट 'अन्नपूर्णेश्वरी उपासना' अशी होती. आम्हांला अन्नाकडे देवाचं उगमस्थान, ज्यातून परमानंद किंवा आनंदलहरी निर्माण होतात अशा प्रकारे पाहण्यास सांगितलं होतं. अशा दैविक भावनेनं आम्हाला पहिला घास घ्यायचा होता, डोळे बंद करायचे होते आणि काळजीपूर्वक आणि खूप जाणीवपूर्वक चावायचं होतं. सुरुवातीला मी थोडासा साशंक होतो, पण गुरुजींची शिकवण पाळलीच पाहिजे म्हणून मी त्या सूचनेप्रमाणे वागलो.

मी तुम्हाला सांगू शकतो, स्वामीजींनी सांगितल्याप्रमाणे अन्नाकडे देवाचं उगमस्थान म्हणून पाहणं अवर्णनीय सुंदर होतं. ती भावना शब्दांत मांडणं कठीण आहे, ती केवळ अनुभवलीच पाहिजे.

इतर सर्व जीवित प्राण्यांप्रमाणे, मला जेव्हापासून आठवतंय, त्या क्षणापासून मी खातो आहे; पण त्या दिवशी मला खाणं आणि आस्वाद घेणं/चाखणं यातला फरक कळला.

खरं पाहता, केवळ पूर्ण एकाग्रतेनं अन्नाचं निरीक्षण आणि आदरानेच ह्या स्वर्गीय निर्मितीला नवीन परिमाण दिलं.

प्रथमच मला सुंदर रंग, आकृती आणि वास कळायला लागेल.

टोमॅटो हा फक्त लाल नसतो, त्याला लाल रंगाच्या कितीतरी तरल छटा असतात. त्याच्या मऊ, रसाळ गरामध्ये बसवलेल्या बियांची एक सुंदर रचना केलेली असते.

गाजराचा काप मध्यभागी दुधी आणि पिवळ्या रंगाचा होता आणि त्याच्यातून चकाकणारी ऊर्जा बाह्य गुलाबी भागाकडे तळपत होती.

मोड आलेली कडधान्यं ताजी आणि कोमल जणू काही निसर्गाच्या छोट्या चित्रकृती –मोड म्हणजे पिसासारखे हलके, नाजूक हूक दिसत होती.

पोळी फुगलेली, गरमगरम आणि खरपूस भाजलेली होती.

मऊ भात आणि डाळीला शाही, नैसर्गिक सुगंध होता. मला त्यात हळुवारपणे मिसळलेल्या मसाल्यांचा आणि फोडणीचा सुवास येत होता.

दही पांढरंशुभ्र होते आणि ते चाखण्याआधीच मला त्याचा थंड स्पर्श माझ्या जिभेवर जाणवला.

जेव्हा मी माझा पहिला घास घेतला, तेव्हा मी डोळे मिटले आणि हळूहळू चावताना अशी कल्पना करत होतो की, हे अन्न मला अक्षय्य ऊर्जा देत आहे. मी माझ्या संपूर्ण आयुष्यात जी काही हजारो जेवणे जेवलो, त्यातील एकाही वेळी मला ह्याच्या निम्मादेखील आनंद मिळाला नव्हता.

मला वाटतं आपल्या दिनक्रमामध्ये कुठेतरी आपली आधारभूत मूल्यंच चुकतायत. फोनवर व्यग्र असताना, टी.व्ही. बघताना, कौटुंबिक किंवा व्यावसायिक बाबींवर बोलाचाली करत असताना किंवा त्याबद्दल काळजीत असताना आपण आपलं अन्न गिळतो. ह्या सगळ्यामुळे ताण येतो. आपण जेवताना आपल्याला स्वस्थता, प्रेम किंवा कृतज्ञता या भावना वाटतच नाहीत. या भावना वाटल्या पाहिजेत कारण स्वयंपाक करणं आणि जेवणं हा जादुई, समृद्ध करणारा अनुभव आहे.

अन्नानं आपलं पोट भरेल, पण जेव्हा आपण अजाणतेपणी, अन्नाची आणि आपली कदर न करता खातो, तेव्हा हृदय आणि मन अजूनही उपाशीच असतं. उष्मांकांचं हे उगमस्थान केवळ आपल्याला जगण्यासाठीच ऊर्जा देत नाही, तर उत्कर्षासाठी

लागणारी दैवी शक्तीसुद्धा देतं.

जेव्हा आपण खातो तेव्हा आपण योग्य भावनाच मनात आणल्या पाहिजेत आणि आपल्या अन्नाचा आस्वाद घेतला पाहिजे. अविचलता, कनवाळू वृत्ती आणि निरंकारी परमानंद ही तर ह्या कृतीची काही मोजकी उपउत्पादनं आहेत.

थोडा खेळ आणि थोडं काम, करते जॅकला सर्वोत्तम!

"अलौकिक बुद्धिमत्तेची प्रत्येक निर्मिती, उत्स्फूर्त निर्मितीच असली पाहिजे."

- बेन्जामिन दिस्राईली

मला नेहमी वाटतं, माझ्या अनुभवानुसार, तुम्हाला जेव्हा नवीन कर्मचारी कामावर ठेवायचे असतील, तेव्हा तुम्ही त्यांना जॉगिंग क्षेत्रावर, बागेत, क्रीडा संकुलात किंवा व्यायामशाळेत शोधलं पाहिजे. तुम्ही उत्तम माणसाची निवड कराल.

(ह्याच्याच अनुषंगानं, तुम्ही ट्रेनमध्ये किंवा सिग्नलपाशी वस्तू विकणाऱ्या फेरीवाल्यांना कधी नीट बघितलंय का? ते किती प्रभारित आणि उत्साहानं ओतप्रोत भरलेले असतात, हे कधी तुम्हाला जाणवलंय का? त्यांना तसं असावंच लागतं, अन्यथा त्यांचा उदरनिर्वाह होणार नाही.)

तुम्हाला तुमच्या संघटनेतील/कंपनीतील ऊर्जेबाबत काही करायचं असेल, तर सकाळी २० ते ३० मिनिटं सक्तीच्या व्यायामाची पद्धत सुरू करा. छोटीशी व्यायाम शाळा उभी करा, किंवा एक व्हॉलीबॉल किंवा एखाद दोन क्रिकेट बॉल आणि बॅट आणा. केवळ अर्धा तास खेळ आणि व्यायामामुळे कर्मचाऱ्यांच्या ८ तासांच्या ऑफिसच्या कामामध्ये खूप मोठ्या प्रमाणात मूल्यवर्धन होईल. त्याने केवळ एकसुरीपणाच जात नाही, तर सांघिक भावना वृद्धिंगत होते आणि त्याहून महत्त्वाचं म्हणजे ते मनानं आणि हृदयानं तरुण राहतात.

रोज अर्धा तास क्रिकेट खेळायला लागल्यावर माझ्या ऑफिस कर्मचाऱ्यांमध्ये आणि

कारखान्यातील कामगारांमध्ये अफाट सकारात्मकता दिसून आली आहे. लक्षात घ्या, त्यांनी मला त्यांच्या पूर्वनियोजित कामातून कधीच सुट्टी मागितली नाही आहे. ते फक्त त्यांचं जेवण लवकर संपवतात! ते खेळायला खूप उत्तेजित असतात.

तुम्ही जगायला उत्तेजित आहात का?

***

वातावरणनिर्मिती तुम्हीच करता

"माणूस सोडता, सर्व प्राण्यांना हे माहीत आहे की, जगण्याचं प्रमुख काम आहे
जगण्याचा आनंद घेणं."

- सॅम्युएल बट्लर

आज माझा दिवस जरा कंटाळवाणा सुरू झाला. माझ्या मागील आठवड्यातील धकाधकीच्या वेळापत्रकानंतर खरं तर मी विश्रांती घ्यायला हवी होती. परंतु शरीराच्या विश्रांतीच्या मागणीकडे दुर्लक्ष करून मी बॅडमिंटन कोर्टवर गेलो. थोडासा सुस्तावलेलाच होतो. त्या मोठ्या सभागृहातलं वातावरणही तितकंच चैतन्यहीन होतं. फक्त चार-पाच खेळाडू आळशीपणे खेळाआधीचे स्ट्रेचिंगचे व्यायाम करत होते.

मला एकदम वातावरणातील ऊर्जा नाहीशी झाल्यासारखं जाणवलं.

काही क्षणांत माझा बॅडमिंटन जोडीदार आणि प्रख्यात वकील, सागर चित्रे, मोठ्या आवाजात – 'मसक्कली' हे 'दिल्ली ६' चित्रपटातील गाणं म्हणत सभागृहात आला. तो फक्त गाणंच म्हणत नव्हता, तर त्या गाण्यातील बदकासारखं चालण्याचा अभिनयही करत होता. त्याच्या चेहऱ्यावर दिलखुलास हसू होतं आणि त्याला त्याचं गाणं आणि अभिनय करताना खूप मजा येत होती. काहीच क्षणांत सगळं वातावरण बदललं.

सुरुवातीला उदास वाटणारी ती सकाळ एकदम ताजीतवानी झाली.

माझा व्यायामाचा वेग दुप्पट झाला आणि सभागृहात आनंदाची आणि छान उल्हासाची लहर निर्माण झाली.

तुम्हाला असा अनुभव कधी आला आहे का? कित्येकदा, जेव्हा एखादा काळजीनं

गंभीर झालेला माणूस खोलीत येतो आणि अस्वस्थपणाची एक कळा त्या पूर्ण खोलीतील समूहावर पसरते.

कोणीतरी सप्लायरवर फोनवर ओरडतं आणि पूर्ण ऑफिसचं वातावरण तंग होतं.

कामाच्या ठिकाणी दिवस अवघड गेल्यानंतर तुम्ही रागावलेल्या आणि वैतागलेल्या मनस्थितीत घरी येता आणि मुलं चटकन खोलीतून निघून जातात. तुम्ही एक शब्दही बोलण्याआधी, तुमची मनस्थिती वाईट आहे हे त्यांना जाणवतं.

तुम्हाला लक्षात येतंय का, की मनस्थिती सांसर्गिक आहे? तुमच्या आजूबाजूचं वातावरण तुम्हीच निर्माण करता.

डॅनिएल गोलमन 'तटस्थ परिणामा'विषयी त्याच्या सर्वोत्कृष्ट पुस्तकात 'सोशल इंटेलिजन्स'मध्ये विस्तारानं बोलतो. त्यानं आपल्याला दिलेला संदेश साधा आहे: आपण जोडले जाण्यासाठी अनुकूल असेच घडवलो गेलो आहे.

आपल्या मन:स्थितीची आपल्याला जाण असणं अत्यंत महत्त्वाचं आहे. आपण आपल्या घरांमध्ये, ऑफिसात, सामाजिक कार्यक्रमांमध्ये आणि अगदी जाहीर ठिकाणी देखील सकारात्मक ऊर्जा निर्माण करण्यासाठी जाणूनबुजून प्रयत्न केले पाहिजेत.

भावना सामान्यपणे सांसर्गिक असतात. आपण जे देऊ तेच आपल्याला परत मिळेल. आपल्याला आनंदी व्हायचं आहे की दुःखी रहायचं आहे, हे पूर्णपणे आपल्याच हातात आहे.

हिल से दिल तक

"आव्हानात्मक ट्रेक हा मनासाठीचा उत्तम व्यायाम आहे."

- अनामिक

एके दिवशी पहाटे साधारण ६ वाजता, माझा सह-प्रशिक्षक आणि खूप उत्साही तरुण तुषार चोथानी, माझा भाचा नकुल आणि मी सकाळी फिरायला निघालो.

आम्ही महाराष्ट्रातील विदर्भात पुसद या छोट्या गावात बाबासाहेब नाईक अभियांत्रिकी महाविद्यालयाच्या विद्यार्थ्यांसाठी एक प्रशिक्षण कार्यक्रम घ्यायला गेलो होतो. जसजसे आम्ही चालत गावाच्या वेशीजवळ येऊ लागलो, तसतसा महाविद्यालयापेक्षा हवेतील ताजेपणा अधिकच जाणवू लागला आणि एक खोल शांतता होती - ऊर्जामय शांतता!

नेहमीप्रमाणे, इतक्या पहाटेची वेळ असल्याने खूपच कमी लोक घराबाहेर पडले होते.

एका अविचल, जबरदस्त आणि त्या अंधुक प्रकाशात प्राचीन दिसणाऱ्या टेकडीपाशी आम्ही आलो. आम्ही ती टेकडी चढायची ठरवली.

जेव्हा आम्ही अर्ध्यावर पोचलो तेव्हा आम्ही थांबलो आणि खाली दिसणारं शहराचं दृश्य बघितलं. शहर अजूनही शांत होतं. त्यांचा दिवस सुरू झालेला नव्हता. आमच्या क्षणभराच्या विश्रांतीमुळे आम्हाला दम खायला मदत झाली. मग आम्ही पुन्हा चढायला सुरुवात केली. मी मुद्दामहून वर जायचा अवघड रस्ता निवडला. तो खडकाळ आणि उभा चढ होता.

स्वतःला शारीरिकदृष्ट्या आव्हान देण्यात मजा येते. त्यामुळे मानसिक कणखरपणा वाढीस लागतो.

थोडेसे प्रयत्न आणि खूपसा तोल सांभाळत मी डोंगरामाथ्यावर पोहोचल्यावर माझ्या आधीच पोहोचलेल्या तुषारनं माझं स्वागत केलं. काही क्षणांत नकुलही आमच्यात सामील झाला. मला माहीत होतं की, स्वतःला आव्हान देऊन आम्हाला जे काही मिळालं, त्यातील थोडं फार का होईना आमच्या शिबिरार्थींपर्यंत पोचणार आहे.

हे आगळेवेगळे ट्रेक, चढण किंवा जॉग्स आपल्यात पुन्हा एकदा धाडस आणि उपक्रमाची वृत्ती आणि जिद्द जागृत करतात. आपण दैनंदिन ताणतणावामध्ये ह्या वृत्ती हरवत चाललेले असतो. ह्या वृत्तींमुळे आपला खेळकरपणा आणि उत्साह वाढतो, तसेच आपली शारीरिक कुवत आणि अज्ञाताचा शोध घेण्याची आपली इच्छा आणि क्षमता ह्यातही वेगळाच बदल घडतो आणि आपल्या मर्यादांची परीक्षाही घेतली जाते.

डोंगरावरून खाली येणं हा पण तितकाच शक्तीदायी अनुभव होता. आम्ही उड्या मारत, उसळ्या मारत आणि हुंदडत डोंगरावरून खाली उतरलो. आम्हा सर्वांमधील लहान मूल अद्यापही जिवंत होतं!

डोंगराळ भागामध्ये चालायला जाण्याचा प्रयत्न करा. दूरवर जॉगला जाण्याचा किंवा शक्य असेल तेव्हा जंगलात चालायला जाण्याचा सराव करा. यातून तुम्हाला खूपच समाधान मिळेल. यातून तुम्हाला कळेल की, तुम्ही अजूनही मनाने तरुण आहात – आणि तेच महत्त्वाचं आहे!

✳✳✳

कामातला आनंद!

''काम करत असताना मी कधीच कष्ट करत नाही;
मी तेव्हाच कष्ट करतो, जेव्हा मी काम करत नाही.''

- आयर्विंग सीझर

''कोणतंही काम करताना तुम्हाला जर असे वाटत राहिलं की, मी दुसरं काही काम
केलं पाहिजे, तर मग जे करताय ते तुमच्या मनाजोगतं काम नाही आहे.''

- जे. एम. बॅरी

डॉ. प्रदीप जोशी आणि डॉ. सीमा जोशी आमचे कौटुंबिक स्नेही आहेत. प्रदीप मानसोपचारतज्ज्ञ आहेत आणि सीमा मार्केटिंग मॅनेजमेंट विषयाची प्राध्यापक आहे.

आता पन्नाशीला आलेले प्रदीप, अगदी अलीकडेपर्यंत नियमित बॅडमिंटन खेळत होते. आता त्यांनी त्याऐवजी प्रभातफेरीला जाणं सुरू केलं आहे. सकाळी मी जेव्हा बॅडमिंटनला जायचो तेव्हा मला ते फिरताना दिसायचे, तेव्हा मी त्यांना बघून हात हलवायचो. प्रदीपला मी शेवटचं कोर्टवर बघितलं त्यानंतर थोड्याच दिवसांनी आम्ही जोशी कुटुंबीयांना दिवाळीनिमित्त भेटलो. मी प्रदीपला त्याच्या प्रभातफेरीविषयी विचारलं.

प्रदीपनं मला सांगितले, ''मी ठरवलं आहे की, कोणतीही गोष्ट नित्यकर्म म्हणून करायची नाही. जर मला त्यातून आनंद मिळत असेल, तरच मी ती करेन.''

तो जे बोलला त्यावर मी विचार केला आणि खरोखरच मला जाणवलं की, त्याला अचूक अर्थ होता. ह्या वयात तो आर्थिकदृष्ट्या सुरक्षित होता. त्याने त्याच्या

वैयक्तिक, व्यावसायिक, सामाजिक सर्व जबाबदाऱ्या पूर्ण केल्या होत्या. त्याला स्वतःला सिद्ध करायचं नव्हतं. त्याला खरोखर करायची नसलेली गोष्ट करण्याचं काहीच बंधन नव्हतं.

हा महत्त्वाचा धडा होता. आपल्याला एखाद्या कामाविषयी खरोखर काय वाटतं ह्याचा फारसा विचार न करता, बऱ्याचदा आपण ते करायला घेतो, कारण ते सामान्यतः करण्याची पद्धत असते. आपण आपल्या नियमिततेच्या ध्यासानं झपाटलेले असतो.

अगदी बॅडमिंटनसारखा खेळदेखील जर आनंदापेक्षा, सवय किंवा कर्तव्य होऊन बसला असेल, तर कधीकधी त्रासदायक होऊ शकतो. मग, त्याच्याऐवजी जॉगिंग किंवा व्यायाम का करू नये?

तुमचे तुमच्या कामातील खरे योगदान लक्षात न घेता - रोज ऑफिसमध्ये जाणे - हे एक डोईजड कर्मकांड होऊ शकते. मग त्या परिस्थितीत, तुम्ही घरी काम करू शकत नाही का? आणि ऑफिसइतकंच घरी चांगलं काम करू शकत नाही का?

सामाजिक बांधिलकी म्हणून पार्टीला जाणं कंटाळवाणं होऊ शकतं, तुमच्या बायकोबरोबर किंवा नवऱ्याबरोबर चांदण्यात कॉफी प्यायला का जाऊ नये?

टी.व्हीवरील मालिका बघणं रटाळ होऊ शकतं, पण तुम्ही ते करत राहता, कारण केवळ तुम्ही आणि तुमचं कुटुंबीय सवयीनं काही महिने ती मालिका बघताय.

कदाचित तुम्ही सगळ्या कुटुंबाबरोबर आणि 'द सिक्रेट' किंवा 'इन द पर्स्यूट ऑफ हॅपिनेस' किंवा अगदी 'कुंग फु पांडा' असा एखादा व्हिडीओ बघू शकता.

तुमच्या ज्ञानात काही भर पडत आहे का ह्याचा विचार न करता, केवळ संपवण्याच्या उद्देशानं एखादं पुस्तक का वाचायचं? काहीही सिद्ध करायची गरज नाहीए. ते पुस्तक कपाटात चक्क ठेवून द्या आणि दुसऱ्या एखाद्या लेखकाचं, वेगळ्याच विषयावरचं पुस्तक वाचायला घ्या.

तुम्ही मनानं जर मित्रांमध्ये नसाल, तर त्याच जुन्या मित्रांशी, त्याच जुन्या गोष्टी बोलून काहीही मिळत नाही. तुम्ही एखाद्या जुन्या कॉलेज मित्राला ज्याच्याशी तुम्ही फक्त फेसबुकवर प्रतिक्रियांची देवाणघेवाण करताय, अशा मित्राला फोन का नाही करत?

मी काही सवयी किंवा दैनंदिन दिनक्रमाच्या विरोधात नाही - त्यांना नक्कीच महत्वाचं स्थान आहे आणि त्यांचा उपयोग होऊ शकतो आणि त्यांच्यामुळे आरामात राहता

येतं. मुद्दा हा आहे की, जेव्हा ह्या गोष्टीचं ओझं किंवा उपद्रव होऊ लागतो, किंवा त्यांचा कंटाळा येऊ लागतो, तेव्हा आपण जगण्यात थोडा चमचमीतपणा आणला पाहिजे आणि आपल्याला जे करावंसं वाटतं ते करण्याचा खरा आनंद अनुभवला पाहिजे. नाही तर आपण फक्त पाट्या टाकायला लागतो ज्याने आपल्या आणि आपल्या आजूबाजूच्या लोकांच्या आयुष्यात काहीही मूल्यवर्धन होत नाही. असं करण्यामुळे आपल्या आयुष्यात अर्थातच ताण निर्माण होतो!

कोणतीही गोष्ट करताना स्वतःच्या भावनांशी जोडलं जाणं शिका. ते काम करताना तुमच्या ऊर्जेच्या पातळीची नोंद करा आणि दैनंदिन कामं करताना, प्रतिक्रिया देताना तुमची मनःस्थिती कशी आहे ह्याचीसुद्धा दखल घ्या आणि मग ठरवा की, तुम्ही जे आणि जसं करताय, ते बदलायची गरज आहे का?

प्रदीप दादा, मला दिलेल्या ह्या अंतर्दृष्टीबद्दल मी फारच आभारी आहे!

❋❋❋

कृती करा

अंमलबजावणी हीच यशाची गुरुकिल्ली आहे.

निष्क्रियता

"मला कृतीची कधीच काळजी वाटत नाही,
पण निष्क्रियतेची मात्र काळजी वाटते."

- विन्स्टन चर्चिल

'कोपराचं वंगण हे सर्वोत्तम पॉलिश आहे.'

- इंग्रजी म्हण

मोठे लेखक आणि लंडन स्कूल ऑफ बिझनेसचे स्ट्रॅटेजिस्ट, प्राध्यापक सुमंथ्रा घोषाल ह्यांनी एकदा खूप जबरदस्त प्रश्न मांडला होता: 'अशी कोणती एक गोष्ट आहे जी तुम्हाला करायची होती, तिचा तुमच्या नोकरी किंवा उद्योगधंद्यावर लक्षणीय प्रभाव पडला असता, परंतु काही कारणास्तव तुम्हाला ती गोष्ट करता आली नाही?'

एका अर्थी, हा प्रश्न भीतीदायक आहे. आपल्यातल्या बहुतांश लोकांसाठी अशा खूप गोष्टी असतील ज्या आपल्याला करायच्या होत्या किंवा आपण करायलाच हव्या होत्या, पण आपण केल्या नाहीत.

आपण सगळं नियोजन करतो. आपण सगळे खूप काही गोष्टी करण्याबद्दल बोलत असतो - बदल, प्रगती, वाढ. पण...

आपण फक्त 'जैसे थे' परिस्थितीत राहतो.

आपल्याला कदाचित भरपूर गोष्टी कराव्याशा वाटत असतील: स्वतःला लवकर उठण्याची सवय लावणं; नियमित व्यायाम करणं, वाचनासाठी वेळ काढणं, रोज योगासनं करणं, तुमच्या मुलीला समुपदेशकाकडे नेणं, आईबरोबर वेळ

घालवणं, कुटुंबीयांबरोबर सहलीला जाणं, कारखान्यातील 'डेड स्टॉक' तपासणं, तुमच्या सर्वांत महत्त्वाच्या ग्राहकाला भेटणं, तुमच्या उत्पादन संघाबरोबर समोरासमोर टेबलवर बसून चर्चा करणं, MIS (मॅनेजमेंट इन्फोर्मेशन सिस्टीम) बदलणं, तुमच्या उत्पादनासाठी नवीन प्रभाग शोधणं, पुढच्या वर्षासाठी अकाऊंटींग सिस्टीम नियोजित करणं, तुमच्या फॅमिली डॉक्टरना वार्षिक तपासणीसाठी भेटणं, तुमचा मुलगा नववीत आहे तेव्हा त्याला एक-दोन वर्षांनी जी जी कॉलेजची माहिती लागणार आहे ती आत्ताच शोधून ठेवणं, तुम्हाला आणि तुमच्या बायकोला सोशल क्लबमध्ये द्वंद्वगीत गायचं आहे, त्यासाठी गाण्याच्या शिक्षकांना बोलावणं, काही आंतरराष्ट्रीय कॉन्फरन्सना जाणं; ज्यामुळे उद्योगधंद्यात तुम्हाला सहयोग वाढवता येईल, मित्राला नातू झाल्याबद्दल त्याला भेटणं, तुमच्या डॉक्टरेटसाठी नाव नोंदवणं...इ.इ.इ.

यादी वाढतच जाते. एक हजार एक गोष्टी अशा आहेत ज्या आपल्यासाठी महत्त्वाच्या आहेत, पण त्यापैकी एकाही गोष्टीसाठी आपण काही करतो का?

आपल्या वैयक्तिक, सामाजिक आणि व्यावसायिक आयुष्यातली सर्वांत मोठी अडचण म्हणजे आपली निष्क्रियता.

आपण सहज 'कृतिमान' होऊ शकतो का?

स्वतंत्र असणे!

''यशाचं माझं खासगी मोजमाप 'रोजचा दिवस' असं आहे.
जर हा माझ्या आयुष्यातील शेवटचा दिवस असता, तर मला ह्या
दिवसाबाबत समाधानी वाटेल का?''

– जेन रूल

तुम्ही मोकळं राहण्यासाठी काम करता, की तुम्ही मोकळे आहात म्हणून तुम्ही काम करता? हा प्रश्न तुम्ही स्वतःला सतत विचारत राहिलं पाहिजे. नाही तर तुम्ही कामात गुंतलेले असण्याच्या चक्रामध्ये अडकता आणि त्याची परिणती क्षुल्लक काम करण्यात आणि खरोखरीच महत्त्वाच्या गोष्टींना वेळ न मिळण्यात होते.

काल ट्रेनमध्ये मी माझा जवळचा मित्र संदीप सिकचीशी बोलत होतो. संदीप हा अतिशय मनापासून काम करणारा वास्तुविद्याविशारद आहे. मी त्याला ह्या पुस्तकाविषयी सांगितलं. संदीपनं उत्तरादाखल अशी माहिती दिली की दोन वर्षांपूर्वी त्यानेही वास्तुविद्येतील तपशीलांवर काम करण्याच्या प्रक्रियेबद्दल साधारण वीस एक पानं लिहिली होती आणि त्याने त्या टाचणांत त्यानंतर पुढे काहीही लिहिलं नव्हतं. त्याचं स्वप्न होतं की एक शेतजमीन विकत घ्यावी आणि ती कसावी. या स्वप्नाविषयीही तो बोलला.

आपल्यातील बरेच जण स्वप्नं बघतात, उत्साहाच्या भरात त्यावर थोडंसं काम करतात आणि मग चक्क त्याचा पाठपुरावा करणं विसरून जातात. असं का होतं? रोजच्या रहाटगाडग्यात, आपल्याला क्वचितच ते स्वप्न आठवतं, पण ते स्वप्न खरंच कधी विरत नाही.

म्हणूनच आपण बहुतेकदा आपलं सर्वोत्तम देऊ शकत नाही, हे अगदीच साहजिक

आहे कारण आपला बराचसा वेळ आपल्या स्वप्नांपेक्षा आपल्याला कमी आवडणाऱ्या गोष्टींमध्ये जातो. आपण जबाबदारी घेणं टाळू लागतो, चालढकल करतो आणि वेळ आणि इतर साधनं वाया घालवतो. आपण आपले कामाचे तास 'टू-डू' तक्त्यात दिलेल्या क्षुल्लक दैनंदिन कामांमध्ये घालवतो आणि आपल्याला असं वाटतं आपण खूप काबाडकष्ट करून काम करतोय.

आणि मग आपल्याला आश्चर्य वाटतं की काहीच कसं साध्य होत नाहीये? आपल्याला अचंबा वाटत राहतो की आपण का अपयशी होतोय आणि इतर लोक इतकं निवांत असूनही कसे यशस्वी होतात? मग आपण आपल्याला यश न लाभल्याबद्दल नशिबाला दोष देतो आणि निष्क्रियतेकडे वाटचाल करतो. आपण जे काही करतो, ते मनापासून नसतं.

यात काहीच आश्चर्यकारक नाहीए. मनापासून केलेलं काम हे आपल्याला ज्या गोष्टी कराव्याशा वाटतात त्या करण्याची अगदी नैसर्गिकच परिणती आहे आणि केवळ दुर्दम्य मानसिक इच्छेनंच आपल्यात उत्तम ऊर्जा निर्माण होते आणि आपण कठीण प्रसंग, आपल्या मार्गात येऊ शकत असलेले सर्व अडथळे यावर मात करू शकतो.

जर आपण मोकळे राहण्यासाठी काम करत नसलो (आपल्या स्वप्नाचा पाठपुरावा करण्यासाठी), तर आयुष्यभर आपण रोज १६ तास काम करू आणि तरीही काहीही ठोस मिळवू शकणार नाही.

वडेवाला कर्मयोगी

''हौशी लोक आशा ठेवतात, व्यावसायिक काम करतात.''

- गार्सन कानीन

''देव आपल्याला सर्व गोष्टी मजुरीच्या भावानं देतो.''

- लिओनार्डो द विन्सी

''तुम्ही किती जलद काम केलंत हे लोक विसरतात, पण तुम्ही ते किती चांगलं केलंत हे लक्षात ठेवतात.''

- हॉवर्ड डब्ल्यू. न्यूटन

किर्लोस्कर ग्रुप कंपनीच्या जी. जी. दांडेकर मशीन वर्क्स लि.च्या उत्साही डायरेक्टरना भेटून सेवाग्राम एक्सप्रेसनं मी मुंबईहून घरी परतत होतो.

इगतपुरी रेल्वे स्टेशनवर गाडी साधारण दहा मिनिटं थांबते. याच वेळी शेजारच्या प्लॅटफॉर्मवर, दुसरी ट्रेन मुंबईला जाण्यासाठी तयार होती. फेरीवाले त्यांच्या वस्तू विकण्यात व्यग्र होते. त्या वस्तूंमध्ये चहा आणि वडा होता.

सिग्नल हिरवा झाल्यावर, ती शेजारची गाडी हळूहळू पुढे जायला लागली. एक वडेवाला अगदी शेवटच्या क्षणी विक्री होण्यासाठी आटोकाट प्रयत्न करत, ट्रेनबरोबर चालत राहिला. एका प्रवाश्यानं एक प्लेट वडा मागितला, वडेवाल्यानं ताबडतोब एका हातानं त्याला प्लेट दिली. दुसऱ्या हातात तो त्याचं सामान असेलेलं एक मोठं तबक सांभाळत होता. एव्हाना ट्रेनचा वेग वाढला होता पण एखाद्या खेळाडूच्या सफाईनं, वडेवाल्यानं पैसे घेतले, सुट्टे परत केले आणि विक्रीची प्रक्रिया पूर्ण केली.

मला कशाचं विशेष वाटलं असेल तर त्याच्या चेहऱ्यावर जे समाधान दिसत होतं त्याचं! -एका अनुभवी व्यावसायिकानं एक व्यवहार यशस्वीरीत्या पूर्ण केल्याची ती नजर होती. पण तो त्याच्या यशापाशीच रेंगाळत राहिला नाही. जवळपास लगेचच, त्यानं आमच्या ट्रेनकडे धाव घेतली जिथे त्याने त्याची विक्री परत सुरू केली.

त्याच्याकडे ह्या प्रक्रियेबद्दल अतुलनीय आशा होती. तो विकायचा प्रयत्न करत होता, परंतु ही ट्रेनसुद्धा सुटायला सुरुवात झाली होती. तो पूर्णपणे मग्न होता, विक्री करत होता, तेव्हा त्याची ज्ञानेंद्रियं मात्र जागरूक होती, तो ट्रेनबरोबर वाहवत जात नव्हता, तर गती अचूक ठेवून तो ट्रेनबरोबर राहत होता. - तो खूप काळजीपूर्वकपणे ट्रेनच्या पुढे जाण्याची मर्यादा ओलांडत नव्हता कारण खाली पडण्याचं संकट येण्याची शक्यता होतीच. त्याने तीच खबरदारी शेवटच्या ग्राहकाला नकार देऊन दाखवली. - कारण आता ट्रेनचा वेग खूप वाढला होता आणि त्याला माहीत होतं की, आता तो अजून पैसे कमावण्यासाठी थांबला, तर त्याचा जीव धोक्यात येईल. मला ही त्याच्या 'अलिप्त आसक्ती'ची खरी अभिव्यक्ती वाटली.

आणि सर्वात महत्त्वाचं म्हणजे, नंतर, तो खूप आनंद साजरा करत, किंवा एक वडा कमी विकला गेल्याची खंत करत बसला नाही - त्याने ताबडतोब त्याचं लक्ष त्याच्या कामावर केंद्रित केलं. अर्थातच ऊर्जा, आत्मसंयम, आकांक्षा आणि वास्तव ह्यांचं तेच मिश्रण करून, तो हे असं रोज करत होता.

हे खऱ्या 'कर्मयोगी' माणसाचे गुणधर्म नाहीत का?

मी त्याच्याकडून वडे विकत घेतले. त्या वड्यांनी मला मंदिरातल्या प्रसादाची आठवण करून दिली.

***

पॉलिशवाल्याची तालबद्धता

'स्वतःच्या उद्योगधंद्यात कार्यरत असणारा माणूस, सर्वांत शिकलेल्या डॉक्टरच्या बरोबरीचा असतो.'

- हिब्रु म्हण

''माझ्या आजोबांनी मला एकदा सांगितलं की दोन प्रकारची माणसे असतात; काम करणारी आणि श्रेय घेणारी. त्यांनी मला सांगितलं, पहिल्या प्रकारच्या गटात राहण्याचा प्रयत्न कर; तिथं खूप कमी स्पर्धा असते.''

- इंदिरा गांधी

मुंबई ही तालबद्धतेनं भारलेली आहे. ट्रॅफिक जॅम, लोकल ट्रेन्स, डबावाले, कर्मचारी, टॅक्सी, बेस्टच्या बसेस; प्रत्येकाला आणि प्रत्येक गोष्टीला त्यांचा स्वतःचा एक ताल आहे. त्यामुळेच वाईटात वाईट संकटांनंतर (मग ती मानवनिर्मित असोत की निसर्गनिर्मित) येथील लोक पूर्ववत होतात. शहर त्याच्या व्यग्र रस्त्यांवर चालू लागते - जलद, अतिजलद!

घाईगडबडीत आपण येथील रहिवाश्यांच्या खूप काही सांगून जाणाऱ्या गोष्टींची दखल घेत नाही. त्यापैकी एक निरीक्षण करण्याजोगा माणूस म्हणजे पॉलिशवाला किंवा रेल्वे प्लॅटफॉर्मवर लोकल स्टेशनच्या आसपास बूट पॉलिश करणारा माणूस.

स्टेशनवर खूप पॉलिशवाले असतात आणि ते एका रांगेत बसलेले असतात. त्यांच्या त्या दुकानाच्या काउंटरवर (लाकडी बाकडे ज्याच्यावर ग्राहकांनी पाय ठेवायचा असतो) त्यांनी ब्रश आपटून केलेला आवाज तुमचं लक्ष हमखास वेधून घेतो. तुम्ही वळता, त्यातील एका पॉलिशवाल्याला निवडता आणि त्याच्याकडे जाता.

कोणीही तुम्ही त्याच्याकडे यावं आणि दुसऱ्या पॉलिशवाल्याकडे जाऊ नये म्हणून भुरळ घालत नाही. सांघिक कामाचा हा उत्तम धडा आहे - छक्केपंजे न करणं किंवा दुसऱ्यावर मात करण्याचा प्रयत्न न करणं, सर्वांना इथे समान संधी आहे.

ज्या क्षणी तुम्ही निवडलेल्या माणसाच्या बाकड्यावर पाय ठेवता, त्याच्या एका हाताने तो तुमचा बूट बरोबर रेषेत आहे की नाही ह्याची खात्री करतो. ज्यामुळे ब्रश तुमच्या बुटाच्या सीमेबाहेर, सॉक्स किंवा पँटच्या कापडावर जाणार नाही. दरम्यानच्या काळात दुसऱ्या हातानं प्राथमिक स्वच्छता सुरू केलेली असते.

पॉलिशचा डबा उघडून बोटाने तो पॉलिश तुमच्या बुटावर लावतो. छान सढळपणे तो पॉलिश लावतो, त्यात कंजूषी करत नाही. त्या मलमाचा तुमच्या पूर्ण बुटावर पुरेसा थर तयार होतो आणि तुमच्या बुटाला हे महागडं खाद्य आवडतं.

तुम्हाला कळायच्या आत, पॉलिशवाल्याने एखाद्या बॅले नर्तकाच्या चपळाईनं ब्रश बदललेला असतो. त्याचा एक हात बुटाला आधार देत असतो आणि बूट अजिबात हलू नये ह्याची काळजी घेत असतो. त्याचं बुटाला पॉलिश करणं, त्याची तालबद्धता, त्याच्या शरीराचं झुलणं याच्या त्याने साधलेल्या समन्वयामुळे तो मला काहीसा 'सहजयोगी', (निसर्गतः ज्ञानी असलेला माणूस) वाटतो.

लाकडावर एकदाच केलेली टकटक हा तुम्ही पाय बदलण्यासाठी केलेला इशारा असतो. आधीची प्रक्रिया दुसऱ्या बुटासाठी पुन्हा घडते. पहिला बूट पॉलिश करून तयार असतो आणि चमकत असतो.

बुटाला चमक येण्यासाठी एक विशिष्ट प्रकारचा ब्रश वापरून तो तुमच्या बुटाला जोरदार मालिश करतो, तेव्हा तुम्हाला आत सॉक्स घातलेल्या पायाला गुदगुल्या जाणवतात. शेवटचा हात म्हणजे तो पातळ नायलॉनच्या कापडानं वारंवार घासून बुटाला अप्रतिम चमक आणतो.

प्रत्येक बूट आता या कलाकाराची सर्वोत्कृष्ट कलाकृती झालेली असते.

तुम्ही शांतपणे त्याला नाणी देता जी तो बूट-पॉलिशच्या खोक्याला असलेल्या छोट्या कप्प्यात ठेवतो आणि तुमच्या पुढच्या माणसाकडे बघतो.

एकही शब्द बोलला जात नाही; हे एक आदर्श मूकनाट्य आहे ज्यातून उत्तम काम केल्याचं त्याचं समाधान दिसून येतं.

पॉलिशवाल्याइतकं वेळ आणि गतीचा अभ्यास तुम्हाला कोण शिकवेल? फ्रेडरिक टेलर ह्या उत्पादन व्यवस्थापनशास्त्रातील प्रसिद्ध सिद्धांत समजून घेण्यासाठी नक्की

मुंबईला येऊन गेला असणार.

पॉलिशवाल्याचा ब्रश (जाळीदार आणि मऊ), पॉलिशची डबी, मलमाची डबी, नायलॉनची पट्टी, वापरलेला टूथब्रश, त्याचं कामाचं बाकडं, बाकड्याची मापं, कोन, उतार, त्या बाकड्याच्या आतला कप्पा, इन-सोल आणि लेसेस या सर्व साधनाची मांडणी अगदी क्रमबद्ध आणि सुनियोजित असते!

हा सर्वच उद्योगांसाठी एक मोठा धडा आहे.

आणि मग त्याचा वैयक्तिक सहभाग आणि त्याची तालबद्धता - पाहणाऱ्यासाठी अतुलनीय गुणवत्तेचा नमुना असते. अगदी असाच अनुभव आपण जेव्हा निवडलेल्या कामात पूर्णपणे मग्न होतो, तेव्हा आपल्याला येतो.

✳✳✳

लीडरला खरंच पदाची गरज असते?

"नेतृत्व कृतीत असतं, पदात नसतं."

- डॉनल्ड एच. मॅकगॅनॉन

तो दिवस होता २३ ऑक्टोबर २००८ - अतिशय महत्त्वाचा दिवस, कारण मी माझे आवडते लेखक, वक्ते रॉबीन शर्मा ह्यांना समोरासमोर भेटलो. मी पूर्ण दिवस त्यांच्या लीडरशीप सेमिनारमध्ये, पहिल्या रांगेत बसून त्यांचे बोलणे ऐकत घालवला.

रॉबीनला 'पदाशिवाय नेतृत्व' ह्या विषयावर बोलायला आवडतं. त्याने नेतृत्वासाठी छोट्या, वरवर पाहता अगदी जेमतेम वाटणाऱ्या व्यावसायिकांची, उदाहरणार्थ गालिचे दुरुस्ती करणारा, टॅक्सिचालक यांची उदाहरणं दिली.

पदाशिवाय नेतृत्व करणे अनुभवण्याची आज संध्याकाळी माझी वेळ होती.

माझ्या मुलाला गिटारची खूप आवड आहे. त्याला इलेक्ट्रिक गिटार घ्यायची खूप इच्छा होती. मला त्याला अनपेक्षित धक्का द्यायचा होता. माझा भाचा, नकुल आणि मी फुर्टाडो नावाच्या मुंबईतील अग्रगण्य दुकानात गेलो. जरी ते दुकान आधुनिकरीत्या सुसज्ज नसलं, तरी त्याला एक उंची खानदानी थाट होता. तिथल्या सेल्समन सुशीलनं मला त्यांच्या क्रमवार यादीतून ईएसपी ४० मॉडेल निवडायला मदत केली, परंतु ते शोरूममध्ये उपलब्ध नसल्यानं मी निराश झालो. त्यांच्या नोंदीमध्ये असं दिसत होतं, की त्यांच्या महालक्ष्मी येथील गोदामात त्या मॉडेलचा एक नग शिल्लक होता. ते गोदाम तिथून एक तासावर होतं. दुकान बंद व्हायची वेळ झाली होती आणि मला वाटलं, की दुकानातील मदतनीस बहुदा गोदामातून ते आणण्याबाबत अनुत्सुक असेल. मी त्याला सांगितलं, की मला ट्रेन पकडायची आहे आणि माझ्या

मुलाला वाढदिवसाची भेट म्हणून गिटार देऊन चकित करायचं आहे.

तो मदतनीस म्हणाला, 'मी जाऊन गिटार घेऊन येतो.' त्यानं आम्हाला दीड तासानं परत बोलावलं. नकुल आणि मी घाईनं रात्रीचे जेवण उरकलं आणि ७.४०च्या सुमाराला आम्ही फुर्टाडोपाशी परत आलो. दुकानात आम्ही एकमेव ग्राहक होतो आणि सगळेच निघायला आतुर होते. पण ते आमच्याशी बोलत राहिले, आम्हाला कीबोर्ड, ड्रम्स दाखवत राहिले, मला यामाहा ड्रम स्टेशनवर त्यांनी वाजवून बघायला लावलं. कोणीतरी जुनी हिंदी गाणी कीबोर्डवर वाजवू लागलं आणि दिवस संपायची वेळ असली, तरी वातावरण अतिशय उत्साहानं भरून गेलं.

माझी गिटार साधारण ८ वाजता आली. खोकं, जास्तीच्या तारा, आवरण, पट्टा सगळं तयार ठेवलं होतं. अचानक माझ्या लक्षात आलं, की गिटार जड आहे आणि माझा मुलगा वर्षातून चार वेळा बोर्डिंग शाळेतून घरी प्रवास करतो. मला सुरक्षित अशा आवेष्टनाची गरज पडेल. मी चौकशी केली आणि ५ सेकंदांत सुशील कडक पेटी काढण्यासाठी शिडीवर चढला होता. सगळ्यावर कडी म्हणजे, त्यानं माझ्याकडून त्या पेटीची किंमत घेतली नाही, त्यानं ती फुर्टाडोकडून वाढदिवसाची भेट म्हणून दिली!

दुकानातील कर्मचारीवर्ग एकदाही तक्रार न करता, जवळपास एक तास जास्त थांबला होता. ते सतत हसतमुख आणि आल्हाददायक होते. सरतेशेवटी मी गिटारला दिलेल्या किमतीपेक्षा बरंच काही जास्त असे त्यांनीच मला दिले होते.

आणि मी जेव्हा घरी पोचलो, तेव्हा माझ्या मुलाच्या चेहऱ्यावरचा परमानंद अनमोल होता.

धन्यवाद, फुर्टाडो. तुमच्याकडे खरोखर पदाशिवाय नेतृत्व करणारे लोक आहेत!

***

रडगाणे नकोच!

"अडचणी नेहमीच मोठ्या वाटतात जेव्हा अकार्यक्षम लोक त्याच्यावर काम करत असतात."

– विलियम फेदर

आम्ही रविवार संध्याकाळ बऱ्याचदा, उत्तर महाराष्ट्र विद्यापीठाच्या आवारातील गांधी स्मारकाच्या हिरव्यागार हिरवळीवर घालवतो. तेथील खुल्या हवेतील ताजेपणा आणि तिथे खेळणाऱ्या मुलांचे उपक्रम बघायला मजा येते.

एका रविवारी स्मारकाच्या जवळ मी कौटुंबिक मित्र विनोद अगरवालशी बोलत होतो. विनोद सी. ए. आहे आणि यशस्वी व्यावसायिक आहे. त्यानं मला विचारलं मला सध्याच्या मंदीबद्दल काय वाटतं. मी म्हटलं, "मला कोणतीही मंदी वाटत नाही. खूप लोक स्वतःच्या कमी कामगिरीबद्दल मंदीचे निमित्त पुढे करतात."

काही झालं तरी, आपल्या पातळीवर, आपल्यातील किती जणांवर जागतिक मंदीचा परिणाम होऊ शकतो? खरं पाहता, माझा स्वतःचा व्यवसाय वाढला आहे! आमच्या खाद्य-प्रक्रिया विभागाचा आम्ही विस्तार करत आहोत. माझे बरेच ग्राहक यंत्रं विकत घेत आहेत आणि क्षमता वाढवत आहेत आणि अधिक चांगलं तंत्रज्ञान व्यवसायात आणत आहेत. मला अनेक मित्र माहीत आहेत ज्यांनी व्यवसायाचा विस्तार केलाय किंवा विविध क्षेत्रात प्रवेश केलाय. मला असे लोक दिसत आहेत, की ज्यांचे सुरुवातीचे हेलकावे संपले की ते लाटेवर स्वार व्हायला तयार होऊन बसलेत. तंत्रज्ञान तुलनेनं स्वस्त झालं आहे. चांगलं आणि अनुभवी मनुष्यबळ खूप उपलब्ध आहे. पुरवठादारांना ग्राहक हवे आहेत. तुमचा उत्पादनखर्च कमी करण्याची हीच वेळ आहे.

मला असं वाटतं कारण, आपल्यातल्या काही जणांना ताणून धरण्याची, जाऊन पोचण्याची आणि कष्ट करण्याची इच्छा नाही. मार्केटला दोष देणं आणि सर्वनाशाचे दूत होऊन भविष्यातील अधोगतीची भाकितं करणं आपल्याला सोपं वाटतं. मला मान्य आहे, की मार्केटमध्ये चढउतार होत आहे पण ते त्या त्या क्षेत्राशी संबंधित आहे. स्थावर मालमत्ता, आरामासाठीचा खर्च आणि अजून काही क्षेत्रे ह्यांवर नक्कीच परिणाम झाला आहे. पण लोक अधिक चांगल्या कल्पना आणि आधी कधीच आल्या नव्हत्या अशा फायद्याच्या संकल्पना घेऊन येत आहेत. त्यामुळे त्यांना जास्त प्रभावी खर्चयोजना करायला मदत होते आहे. जमिनीचे व्यवहार करणारे निदान कमी किमतीच्या घरांविषयी बोलू लागले आहेत. अनेक मोठ्या समूहांनी अशा योजना आधीच सुरू केल्या आहेत.

अर्धवट कामाकडे लक्ष देणं, एकाग्रता तीक्ष्ण करणं, बाजाराभिमुख, ग्राहकाभिमुख होणं, उत्पादनाच्या कार्यक्षम पद्धती वापरणं, अधिक चांगलं आर्थिक व्यवस्थापन करणं, देणेकऱ्यांबाबत कृती ठरवणं, मनुष्यबळ प्रशिक्षण... जेव्हा परिस्थिती सुधारेल तेव्हा अजून उत्तम यशासाठी, उद्योगक्षेत्रातील बुद्धिमान लोक ह्या सर्व आघाड्यांवर काम करत आहेत.

म्हणूनच, नकारात्मक चक्रातून बाहेर या आणि मंदीचा राक्षस तुमच्या मानेवरून झटकून टाका. अधिक चांगल्या पद्धती अवलंबून तुम्ही वैयक्तिक आणि व्यावसायिकरीत्या प्रगती कराल.

आणीबाणीची परिस्थिती ही अशी सुवर्णसंधी आहे जी सोडणं तुम्हाला परवडू शकत नाही!

✳✳✳

दगड आणि मैलाचे दगड

"अडथळे म्हणजे तुमचं लक्ष जेव्हा ध्येयापासून विचलित होतं, तेव्हा तुम्हाला दिसणाऱ्या भयंकर गोष्टी आहेत."

- हॅना मोअर

"जर तुम्हाला अडथळे नसलेला रस्ता दिसला, तर तो कदाचित कुठेच जात नसतो."

- फ्रँक ए. क्लार्क

ज्याला क्रिकेटमधील दंतकथाच म्हणावं अशा सचिन तेंडुलकरनं १२,००० धावांचा अतिशय मोठा मैलाचा दगड गाठला. त्या दिवशी खेळानंतर एका विशेष मुलाखतीमध्ये रवी शास्त्रीनं त्याला विचारले, "तुला कसे वाटते आहे?"

त्या 'मास्टर ब्लास्टर'नं असं उल्लेखनीय विधान केले, "तुमच्या व्यावसायिक जीवनात चढ आणि उतार येतात. काही क्षण असे येतात की लोक तुमच्या अंगावर दगडफेक करतात. त्या फेकलेल्या दगडांचे तुम्ही मैलाचे दगड करायचे असतात आणि पुढे जायचं असतं."

प्रत्येकाच्या आयुष्यात काही वेळा वाईट काळ येतोच. जॅक वेल्च, अमिताभ बच्चन, स्टीव जॉब्स, डीएगो मॅरेडोना, धीरूभाई अंबानी, अब्राहम लिंकन – या सर्वांना त्यांच्या आयुष्यात किमान एकदातरी रसातळाला पोहोचावं लागलं आहे आणि या खोल खळग्यातून त्यांनी वर उसळी मारली आहे. चुकलेल्या कृती योजनांमुळे त्यांच्यात परिवर्तन घडून आलं. नैराश्यातूनच कणखर नेता जन्माला आला.

भारती एअरटेल समूहाचे जादूगार सुनील मित्तल यांनी महात्मा गांधी यांचे शब्द एकदा उद्धृत केले होते. ते विधान – मित्तल यांनी स्वतः टेलिकॉम उद्योगजगतात जो लढाईचा टप्पा अनुभवला – त्यासाठी चपखल होतं. ते म्हणाले, ''सुरुवातीला लोक तुमच्याकडे दुर्लक्ष करतात, मग ते तुम्हाला हसतात, नंतर ते तुमच्याशी भांडतात आणि इथे येऊन पोचल्यावर ज्यांच्यात चिकाटी असते आणि जे खूप उत्कटपणे काबाडकष्ट करतात, तेच अखेरीस जिंकतात.''

सचिन तेंडुलकरची 'दगडाचे मैलाच्या दगडात' रुपांतर करण्याची अभिव्यक्तीदेखील स्वयंप्रेरित पवित्रा घेण्याचं सुचवते. संभाव्य संकटाबद्दल काळजी करत बसण्यापेक्षा, त्याचा उपयोग तुम्ही तुमच्या फायद्यासाठी कसा करून घेणार आहात, पुढे येऊन स्वतःचा ठसा उमटवून मैलाचा दगड कसा गाठणार आहात याचा विचार करा.

'मैलाचा दगड' हा दृष्टिकोनच आपल्याला अपयशांकडे चाणाक्षपणे बघायला शिकवेल.

खरं तर, तुमच्या अपयशातच तुम्हाला स्वतःचा ठसा उमटवण्याची, अजून महत्त्वाचा टप्पा गाठण्याची आणखी एक संधी असते. तुमच्या क्षमतांवरचा तुमचा विश्वास भक्कम केल्यानं तुम्हाला चुकांमधून प्रगती साधायला मदत होते. तो विश्वास तुम्हाला अंतर्मनाचा आवाज ऐकण्याची बुद्धी आणि शक्ती देतो आणि तुमची स्वप्नं सत्यात उतरवण्यासाठी तुमच्या आसक्तीला ऊर्जा देतो.

एकमेवाद्वितीय सचिन तेंडुलकरनं दिलेला 'मैलाचा दगड' हा दृष्टिकोन तुमच्यासाठी खूपच महत्त्वाचा धडा आहे. आयुष्यानं कितीही गुगली टाकल्या, तरी हा दृष्टिकोन तुम्हाला चेंडूला मधोमध आणायला मदत करेल.

✳✳✳

चिंता करितो बदलाची

"दिशा बदलण्यासाठी तुम्हाला आधी थांबावं लागतं."

- एरिक फ्रॉम

"बदल करण्यास काहीच हरकत नाही, जर तो योग्य दिशेने केलेला असेल."

- विन्स्टन चर्चिल

नुकतंच, मी एका आंतरराष्ट्रीय प्रशिक्षण संस्थेमध्ये सहायक म्हणून काम केलं. एका बहुराष्ट्रीय बँकेसाठी आम्ही एक प्रशिक्षणवर्ग घेतला. मी मार्गदर्शक सूचनांच्या शेवटच्या टप्प्याच्या कामासाठी दिल्लीला चाललो होतो. मी दिल्ली विमानतळावर पोहोचलो आणि लांबलचक परंतु अत्यंत सुंदर बांधलेल्या टर्मिनल ३ मधून चालत बाहेर आलो आणि नोइडाला जाण्यासाठी प्री-पेड टॅक्सी घेतली.

आम्ही मुख्य बॅरीकेडच्या बाहेर येत असताना, एका तरूणानं माझ्या टॅक्सी चालकाला जवळच्या मेट्रो रेल्वे स्थानकावर सोडण्याची विनंती केली. टॅक्सी चालकानं मला सांगितलं, की तो त्याला माणसाला ओळखतो, तो माणूस एअर इंडियामध्ये काम करतो. चालकानं माझी परवानगी घेतली आणि त्या माणसाला पुढच्या बाजूला बसायला सांगितलं. थोड्या वेळानं त्यांच्यात रोज कोणत्या आव्हानांना तोंड द्यावं लागतं ह्याची चर्चा सुरू झाली.

नागरी उड्डाण मंत्रालयानं नुकतंच इंडिअन एअरलाईन्स - जी देशांतर्गत पर्यटन कंपनी होती- तिचं आणि एअर इंडिया - जी आंतरराष्ट्रीय उड्डाणे करत होती - यांचं विलीनीकरण केलं होतं. आमच्याबरोबर टॅक्सीत असलेला तरुण तिकिटांच्या विभागात काम करत असे आणि त्याचा थेट ग्राहकांशी संबंध येत असे. अलीकडे तो आणि त्याचे सहकारी अत्यंत अवघड परिस्थितीला तोंड देत होते. आंतरराष्ट्रीय उड्डाणं

रात्री उशिरा असत आणि देशांतर्गत उड्डाणं पहाटेपासून सकाळी ११ वाजेस्तोवर असत. विलिनीकरणानंतर, बऱ्याचदा देशातील उड्डाणाच्या प्रवाशांना आंतरराष्ट्रीय उड्डाणासाठीच्या सहायक कर्मचारिवर्गाची मदत घ्यावी लागायची आणि त्याचप्रमाणे उलटंही होत होतं. पूर्णपणे गोंधळाची परिस्थिती झाली होती आणि त्याच्यासारख्या लोकांना त्याची झळ लागत होती. त्याचं अखेरचं विधान होतं, ''मंत्रालयाने ह्या दोन्ही कंपन्या विलीन करण्याचं काहीही कारण नव्हतं. केवळ काहीतरी करायचं म्हणून असे महत्त्वाचे निर्णय घेतात आणि सगळा घोळ करून ठेवतात. त्याचे परिणाम आमच्यासारख्या कर्मचारिवर्गाला भोगावे लागतात. अशा मंत्र्यांना आणि नोकरशहांना काय माहीत असतं? त्यांनी का हे असं केलं?''

त्याला असं वाटत होतं, की त्याचा काहीही संबंध नसलेली परिस्थिती त्याला सांभाळावी लागत होती. त्याचं वैफल्य त्याच्या स्वरात जाणवत होतं. त्याचं ऐकून मी असा विचार करत होतो, की हा सर्व्हीस काऊंटरला बसून कसं वागत असेल? सर्व्हिस काऊंटर हा कोणत्याही विमान कंपनीनं प्रवास करणाऱ्या प्रवाशांसाठी सर्वांत महत्त्वाचं संपर्कस्थान असतं. प्रामाणिकपणे सांगायचं झालं, तर गेली काही वर्षं ह्या विमान कंपनीची प्रतिमा संथगती, अकार्यक्षम, 'अगदी शासकीय प्रकारे काम करणारी' अशी झाली आहे आणि आता, कर्मचाऱ्यांच्या, (विशेषतः जे ग्राहकांशी संवाद साधत असतात त्यांच्या असंतोषामुळे), कंपनीची प्रतिमा आणखीनच खालावत असेल.

आपल्याला कोणत्याही बदल होण्याच्या क्रियेतील माहितीचं महत्त्व समजतं का, त्यातूनही अधिक, जेव्हा दोन कंपन्या विलीन होतात?

हे अगदी सर्वज्ञात आहे, की लोक जर अंधारात राहिले तर, ते चिंतित होतात. कोणत्याही आमूलाग्र बदलाच्या क्रियेत, खरी वस्तुस्थिती, बदलाची कारणं आणि बदलांचं महत्त्व, हे अत्यंत स्पष्ट केलं पाहिजे. बदलामुळे ज्यांच्यावर परिणाम होणार आहे अशा प्रत्येकापर्यंत पोहोचणं अत्यावश्यक आहे. नाहीतर, चिंता, अविश्वास, असुरक्षितता, दुरावा आणि विलगता निर्माण होते. या सगळ्यामुळे ऊर्जा ऱ्हासाची नकारात्मक वलयं आणि उस्फूर्ततेचा अभाव तयार होणं अटळ होतं. कोणत्याही संघटनेत एकदा असं झालं की लोक निरुत्साही होतात, ते इतर पर्यायांचा विचार करू लागतात आणि बदलाच्या नेत्यांना सकारात्मक गती निर्माण करणं आणि या उपक्रमाचं नेतृत्व करणं अत्यंत अवघड होतं.

विलीनीकरणाच्या उद्देशाची माहिती देणं आणि सर्व उपलब्ध मार्गांनी ती ध्वनिक्षेपित करणं इतकी साधी कृतीदेखील भागधारकांची लवकर स्वीकृती मिळवायला मदत

करेल. व्यवस्थापकांची कोणत्याही बदलाच्या क्रियेआधी आणि क्रियेमधील सर्वांत महत्त्वाची भूमिका आहे ती त्यांच्या टीमशी संवाद साधणं, त्यांना आश्वस्त करणं आणि अशा प्रकारे क्रियेत त्यांचा मन:पूर्वक सहभाग मिळवणं. अनेक बदलाचे उपक्रम अपयशी होतात आणि ते त्यांचे दृश्य परिणाम गमावतात कारण केवळ जे लोक बदलाचा प्रारंभ करतात किंवा बदलाची क्रिया पार पाडतात, ते असं गृहीत धरतात की, योग्य माहिती संबंधित लोकांपर्यंत पोहोचली आहे आणि त्यांना त्याची गरज समजली आहे.

जेव्हा तुम्ही व्यावसायिक किंवा वैयक्तिक जीवनात मोठ्या अथवा छोट्या बदलाचं नेतृत्व कराल, तेव्हा कृपया संवादाचा मार्ग अगदी खुला ठेवा आणि मनापासून प्रत्येकाच्या काळज्या लक्षात घ्या. बदलाची क्रिया त्यांच्यासाठी कमी अवघड होईल आणि तुमचा प्रवास सोपा होईल.

त्या दिल्ली विमानतळापासून नॉइडापर्यंतच्या टॅक्सी प्रवासानंतर, मला माझ्या स्वतःच्या ऑफिसमधील मूक अस्वस्थतेची जाणीव झाली. माझं ऑफिसही एका महत्त्वाच्या बदलाच्या क्रियेतून चाललं होतं. मी मनात काही नोंदी केल्या आणि माझ्या व्यवस्थापकाला फोन केला आणि संबंधित विभाग प्रमुखांशी एक बैठक ठरवायला सांगितली.

विमानतळ कर्मचाऱ्याला दिलेल्या लिफ्टमुळे माझ्या बदल उपक्रमानं सुरळीत भरारी घेतली.

✸✸✸

चाकाचा पुनर्शोध

"सगळ्यांत धोकादायक गोष्ट जी आपण करू शकतो, ती म्हणजे 'जैसे थे' परिस्थिती असू देणं."

- बॉब आयगर

"व्यवस्थापक 'जैसे थे' परिस्थिती स्वीकारतो; लीडर ती बदलतो."

- वॉरेन जी. बेनीस

मी एक सुंदर पुस्तक वाचतो आहे, अलेक्झांडर हायमचं 'क्रिएटीव्हिटी'. हे पुस्तक मला खूप प्रामाणिक, काटेकोर, निसर्गप्रेमी सी.ए आणि रोटरी सदस्य, अनिल शाहनं भेट दिलंय.

लोकांमध्ये सर्जनशीलता विकसित न होण्याचं एक कारण हायमला असं दिसतं की 'सर्जनशीलता सहन करता न येणं'. त्याच्या पुस्तकातील काही ओळी इथं नमूद करतो:

एखादा दुय्यम कर्मचारी जर खुर्ची मागे सरकवून, उघड्या कप्प्यावर पाय ठेवून, चेहऱ्यावर अगम्य भाव आणि आकाशाकडे नजर लावून बसलेला आढळला, तर किती वरिष्ठ त्याला प्रोत्साहनपर शब्द बोलतील? ते बहुतेक त्याला विचारतील, 'त्याचं नक्की काय चाललंय?' आणि जर त्या बिचाऱ्यानं उत्तरं दिले, "विचार करतोय," तर त्याला कदाचित विचार करायचं थांबवून काम सुरू करायला सांगण्यात येईल (हायमनं हे उदाहरण एलीअट कार्लाइलच्या 'मॅक' या पुस्तकातून घेतलं आहे).

तुम्हाला हा प्रसंग ओळखीचा वाटतोय का? तुमच्या सहकर्मचाऱ्याला तुम्ही इकडेतिकडे फिरू दिलंत, तरीही त्याला शिस्त लावण्याचा प्रयत्न केला नाहीत किंवा

हसला नाहीत असं शेवटचं कधी घडलं होतं?

डायनिंग टेबलवर जेवण वाढलं जात असताना, तुम्ही तुमच्या मुलाला पाय आणि हाताची बोटं आपटू नको असं सांगता का?

तुम्ही वाचण्याआधी जेव्हा तुमची मुलगी वर्तमानपत्राचा कागद फाडते, तेव्हा तुम्ही तिला 'बेजबाबदार आहेस!' असं म्हणता का?

तुम्ही भेट दिलेलं विमानाचं महागडं मॉडेल लगेच उघडून बघितलं, म्हणून तुम्ही तुमच्या बहिणीच्या मुलावर चिडता का?

तुम्ही तुमच्या सह-कर्मचाऱ्यांना नवीन कल्पनेवर प्रयोग करू देता का, जरी त्यामुळे कंपनीचं आर्थिक नुकसान होऊ शकतं.

तुम्ही घरातील नातवाला रंगीत खडू आणि पेन्सील घराच्या भिंतीवर वापरू देता का?

तुमच्या आजूबाजूच्या लोकांमधील सर्जनशील छटा जतन करायला शिका.

त्यांच्या 'मूर्खपणा'वर विश्वास ठेवा, त्यांच्या अस्वच्छ तऱ्हांची, लकबींची मजा घ्या, त्यांची वेगळ्या पद्धतीनं गोष्टी करून बघण्याची गरज सहन करा.

जर काही लोकांनी 'जैसे थे' परिस्थितीला प्रश्न विचारले नसते आणि चाकाचा पुन्हा शोध लावला नसता, तर तुमची कार आजही एका सरळ ओंडक्याच्या भोक पाडलेल्या काटछेदावर चालत राहिली असती. चाकं आज जशी आहेत तिथपर्यंत ती पोहोचायला ४५०० वर्षांचे प्रयोग कारणीभूत आहेत. आज चाकाला लवचीक काठ आणि मधल्या घट्ट भागाकडे जाणाऱ्या आऱ्या असतात.

अजूनही तुम्ही असं म्हणाल, ''चाकाचा पुनर्शोध लावू नका?''

**

गोष्टी वेगळ्या पद्धतीने करणे :
ग्राहकाच्या दृष्टीने यश

"जोपर्यंत तुम्हाला हे माहीत नसतं, की तुमच्या ग्राहकाच्या दृष्टीकोनातून यशस्वी होणे म्हणजे काय, तोपर्यंत तुम्ही मौल्यवान वेळ केवळ वाया घालवाल..."

– जेसन व्हाईटहेड

आपल्याला 'ग्राहकाचं समाधान' आणि 'ग्राहकाशी संबंध' या संकल्पना माहीत आहेत. आज लीडर्स आणि उद्योगतज्ज्ञ 'ग्राहक यशा'बद्दल बोलत आहेत.

ही संकल्पना साधी परंतु अत्यंत प्रभावी आहे. जोपर्यंत तुम्ही ग्राहकाला यशस्वी होण्यास मदत करत नाही, तोपर्यंत तो तुमचं उत्पादन किंवा सेवा विकत घेणार नाही.

एक उदाहरण बघू या.

गुंतवणूक सेवा घ्या. तुमचा ग्राहकवर्ग तुमच्याकडून गुंतवणूक का करेल?

तुम्ही नेहमीचीच उत्तरं द्याल. 'मी त्याला चांगली सेवा देतो' किंवा 'माझ्याकडून गुंतवणूक केली की अधिक चांगले परतावे मिळतात' किंवा 'मला इन्व्हेस्टमेंट बँकर्सबद्दल चांगली माहिती आहे.' किंवा 'तुमचे पैसे आमच्याकडे सुरक्षित आहेत' किंवा 'आम्ही खरोखर काळजी घेतो... ' आणि अजून बरंच काही.

सरतेशेवटी यातील कोणत्याच गोष्टी उपयोगी पडत नाहीत. ग्राहकाचं यश हीच गोष्ट उपयोगी पडते.

'ग्राहक यश' ही संकल्पना खालीलप्रमाणे उपयोगात आणता येईल:

मूळातच, गुंतवणूकदार तेव्हाच गुंतवणूक करेल, जेव्हा त्याच्याकडे शिल्लक असेल. म्हणून, जर तुम्ही त्याला त्याची मिळकत वाढवायला मदत केलीत आणि त्यामुळे शिल्लक राहू लागली, तर तुमचा फायदा होईल. किंवा, एक कच्च्या मालाचा पुरवठादार म्हणून तुम्ही अधिक चांगला माल किंवा अधिक गुणवत्ता दिलीत ज्याचा तुमच्या ग्राहकाला एकूणच मुळातून फायदा होतोय, तर त्याच्यासाठी तुम्ही आदरणीय पुरवठादार व्हाल.

आपण सगळेच जण अशा माणसाला का प्राधान्य देणार नाही, जो त्याने दिलेल्या सेवेनं आपली मिळकत वाढायला मदत करतो?

मग, तुमचा ग्राहक अधिक यशस्वी होण्यासाठी तुम्ही काय कराल?

त्याची त्याच्या व्यवसायात प्रगती व्हावी यासाठी तुम्ही काय मदत करू शकाल?

तुमच्या ग्राहकानं कोणत्या कृतियोजना राबवल्यास त्याला पुढच्या पातळीवर जाण्यास मदत होईल?

नेहमी लक्षात ठेवा – तुमचं पुढच्या पातळीवर जाणं हे तुमच्या ग्राहकाच्या प्रगतीवर अवलंबून आहे. मग हे हमखास घडून येण्यासाठी, तुम्ही वेगळ्या पद्धतीनं काम करू शकता का?

वातावरण महत्त्वाचे

"बहुतांश वेळा माणसं आणि वस्तू ह्या जश्या दिसतात तश्याच असतात."

- माल्कम फोर्ब्स

जी. जी. दांडेकर मशीन वर्क्स ही अद्ययावत तांदूळ गिरणी यंत्रांचं उत्पादन करणारी भारतातली सर्वांत मोठी कंपनी आहे. कंपनीचे सी.ई.ओ. जितेन शेंडे हे इतरांपेक्षा वेगळे आहेत. त्यांच्या व्यवसायाचा कायापालट करण्यात त्यांनी जबरदस्त कर्तृत्व दाखवलं आहे. क्रिकेटच्या मैदानापासून ते आज उद्योग जगतात अद्वितीय यशापर्यंत पोहोचले आहेत. त्यांनी त्या खेळाचे नियम यशस्वीरीत्या उद्योगजगतात उपयोगात आणले आहेत. नेहमी मूलभूत गोष्टींवर काम केलं आहे.

सकाळच्या वेळी, ते त्यांच्या सर्व कार्यकारी अधिकारी वर्गांच्या अगदी सर्वांत कनिष्ठ अधिकाऱ्याच्या देखील टेबलापाशी जातात. ते त्यांच्याशी भरपूर ऊर्जेनं आणि उत्साहानं बोलतात, जे साहजिकच सांसर्गिक आहे. ह्यामुळे दिवसभराचं वातावरण तसंच ठरून जातं.

त्यांनी त्यांचं औद्योगिक ऑफिस भिवंडीसारख्या गिरणगावातून मुंबईतील अंधेरीच्या सीमेलगत स्थलांतरित केलं. त्यामागे त्यांचा एक साधा परंतु प्रबळ विश्वास होता: वातावरण महत्त्वाचं असतं.

भिवंडीतील जुनं ऑफिस हे विक्री विभागासाठी योग्य ठिकाण नव्हतं. त्या ठिकाणाला खऱ्या अर्थानं औद्योगिक प्रतिमा नव्हती. खोल्या खूप मोठ्या होत्या आणि जुन्या धाटणीच्या होत्या. टेबल, खुर्च्या खूपच जुन्या होत्या. त्या मोकळ्या जागेत आवाज घुमत असे, तिथं बऱ्याचदा गरम आणि दमट होत असे आणि ऊर्जेची पातळी फार कमी असे. कंपनीला त्यांच्या वरच्या फळीवर खूपच कष्ट घेणं गरजेचं होतं हे ओळखून,

जितेननं त्याचा विक्री विभागाचा कर्मचारीवर्ग नवीन ठिकाणी नेण्याचं ठरवलं. ती जागा बाजारपेठेच्या जवळ होती. नवीन ऑफिसमधील टापटीप कपाटं, विभागलेली तरीही खुली कामाची छोटी खोली, खिडक्यांची शुभ्र तावदानं, प्रतीक्षा कक्षातील आल्हाददायी निळा सोफा आणि खुर्च्या, पुस्तकांच्या कपाटातील तंत्रज्ञानाची पुस्तकं आणि रॉबिन शर्माची प्रेरणात्मक पुस्तकं - या सर्व गोष्टींनी सुयोग्य वातावरण तयार झालं.

यामध्ये महागडी सजावट नव्हती. हे त्यापेक्षा फारच ठोस महत्त्वाचं होतं. आपल्या कामाच्या ठिकाणच्या एकूण रचना आणि वातावरणामुळे आपण ज्या अभिवृत्तीनं काम करतो त्यामध्ये फरक पडतो.

मी जितेनच्या नवीन ऑफिसमधील विक्री विभागातील लोकांशी त्यांचं काम संपल्यावर बोललो आणि मला त्यांच्यामध्ये वेगळी कंपनं जाणवली, एक नवी ऊर्जा होती. जरी त्यांना नवीन ऑफिसला पोचायला रोज ५० मिनिटे जास्त लागत होती, तरी त्यांची कामगिरी आणि आणखी महत्त्वाचं म्हणजे त्यांचा दृष्टिकोनच बदलला होता.

मी ह्या उदाहरणातून एक महत्त्वाचा धडा शिकलो - पोषक वातावरण महत्त्वाचं असतं!

योग्य रंगांची उधळण करणं, तुमच्या कामाच्या जागेची रचना आणि आराखडा याचा तुमच्या कामावर प्रत्यक्ष परिणाम होतो.

हेच तुमच्या कर्मचारीवर्गाच्या बाबतीतही लागू आहे. जर त्यांनी जितकं उत्साही असायला हवं तितकं त्यांना वाटत नसेल, तर त्यांच्या मांडणीमध्ये थोडंसं काहीतरी नावीन्य आणा. कदाचित त्यांच्या कामाच्या टेबलापाशी एखादं झाड किंवा भिंतीवर एखादं पेंटिंग किंवा फोटो, जमिनीवर विनाईलचा गालीचा, काही सुगम संगीत... हे सगळं स्वस्त आहे पण तुमच्या ऑफिसची गुणवत्ता वाढवतं. ऑफिस केवळ चांगलं दिसणारच नाही तर चांगलं वाटेल.

आपल्यातील अनेक जण पाहुण्यांवर छाप पाडण्यासाठी महागडी सजावट करण्यावर आपला खिसा रिकामा करतात. मला असेही लोक माहिती आहेत ज्यांची मजल बाथरूमसाठी सोन्याचा मुलामा दिलेले नळ विकत घेण्यापर्यंत जाते. इथं उद्दिष्ट काय आहे? लोकांना भुरळ पाडण्याचा प्रयत्न करणं - मुख्यतः बाहेरच्या लोकांना तुमच्या काम आणि व्यवसायाकडे अशा भपकेबाजपणे आकर्षित करणं निरुपयोगी आहे. त्यानं फारफार तर बाह्य समाधान होईल. खरं आणि चिरकाल समाधान ही पूर्णपणे आंतरिक मनःस्थिती आहे.

***

शिस्त की आज्ञापालन?

“जितके अधिक निर्णय तुम्हाला एकट्यानं घ्यावे लागतात,
तितकी अधिक तुम्हाला तुमच्या निर्णयस्वातंत्र्याची जाणीव होते.”

- थॉर्नटन विल्डर

“स्वातंत्र्याशिवाय शिस्त म्हणजे जुलूम आहे.
शिस्तीशिवाय स्वातंत्र्य म्हणजे अराजकता आहे.”

- कुलन हायटॉवर

नुकतंच मी, लंडन बिझनेस स्कूलमधील योजनाबद्ध व्यवस्थापनाचे उत्कृष्ट शिक्षक प्राध्यापक सुमंथ्रा घोषाल, गीता पिरामल आणि ख्रिस्तोफर बार्टलेट यांनी लिहिलेलं अत्युत्तम पुस्तक 'मॅनेजिंग रॅडिकल चेंज' वाचलं.

संघटनांच्या संदर्भात, लेखकांनी 'शिस्त' आणि 'आज्ञापालन' ह्यातील फरक अतिशय सुंदर सांगितला आहे. वरकरणी, 'आज्ञापालन' हे कायदा, नियम आणि नियमन ह्याची परिणती आहे असं वाटतं: 'तुम्ही हे असंच केलं पाहिजे!' पालन करण्याला एक बाहेरून आत येणारा परिणाम आहे - ते म्हणजे लोकांवर गोष्टी 'लादणं' - आणि त्यामुळे आव्हान देण्याची आणि आज्ञा धुडकावून लावण्याची इच्छा होते. आपल्या सगळ्यांनाच नाही का केवळ थरार अनुभवण्यासाठी नियम तोडायला आवडत? हा आज्ञा पालनाचा परिणाम आहे.

उलट, शिस्त ही एका आंतरिक बांधिलकीमुळे येते: “मी हे काम ह्याच पद्धतीनं केले पाहिजे; मला आवडेल” हा आतून बाहेर जाणारा दृष्टिकोन आहे आणि म्हणून तो करत राहण्याची अतीव इच्छा निर्माण करतो. अगदी अनैसर्गिक उद्दीपनांबाबतही हा परिणाम दिसून येतो. ह्याचं तत्त्व दीर्घकालीन आहे, कारण तुम्ही मूलभूत पातळीवर

ते 'नियम' किंवा 'कामाची पद्धत' स्वीकारलेली असते – ते असे नियम आहेत, जे तुम्ही स्वयंस्फूर्तीनं स्वीकारले आहेत, ते तुमच्यावर लादले गेलेले नाही आहेत.

उदाहरणार्थ, अशी कल्पना करा की, तुम्ही कारखान्याचे मालक किंवा जनरल मॅनेजर आहात. तुम्ही असा नियम केलात, की कारखान्यात काम करणाऱ्या कोणीही गुटखा खाता कामा नये. तुम्ही ह्या नियमाची कडक अंमलबजावणी करता आणि लवकरच तुम्हाला कोणीही गुटखा खाताना दिसत नाही. पण तुम्हाला तरीही आवारात गुटख्याची पाकिटं पडलेली आढळतात. उघड आहे, की नियम एका मर्यादेपर्यंतच अंमलात आलेला आहे – कोणीही उघडपणे गुटखा खाणार नाही पण ते लपवून खातील. हे केवळ आज्ञापालन आहे.

शिस्त तेव्हा दिसून येईल, जेव्हा कामगारांना नियम पूर्णपणे कळला आहे आणि त्यांनी स्वतःला मनापासून वाटतं म्हणून तो पाळला आहे. गुटख्याची सवय सोडल्यानं त्यांचं आरोग्य कसं सुधारणार आहे आणि गुटख्यातून वाचलेला पैसा मुलांच्या उच्चशिक्षणाकरता किंवा लग्नाकरता कसा वापरता येऊ शकतो, हे त्यांना जेव्हा समजावून सांगितलं जाईल, तेव्हा हा नियम पाळावा असं त्यांना स्वतःहून वाटेल.

अजून एक उदाहरण देतो : एक कंपनी मॅनेजर्सना वर्षातून २ दिवस (CSR) सी.एस. आर (औद्योगिक सामाजिक जबाबदारी) उपक्रमांसाठी सुट्टी देते. अशी शक्यता आहे, की मॅनेजर न केलेल्या उपक्रमाचे पुरावे तयार करतील किंवा असं काही सामाजिक काम केलंच, तर अतिशय टाकणं टाकल्यासारखं करतील. याऐवजी, कंपनी त्यांना घेऊन एखाद्या शारीरिक किंवा मानसिक व्यंग असलेल्या रुग्णांच्या संस्थेला भेट देऊ शकते आणि त्यांना हे बघायला लावू शकते की, अगदी छोट्या कृतीतूनही त्या लोकांची आयुष्य कशी बदलतात. मॅनेजर्सनासुद्धा माणसांना मूर्त स्वरूपाची मदत होईल असं काही केल्याचं समाधान मिळेल. जेव्हा त्यांना ही जाणीव होईल, तेव्हा ते सी.एस.आर कामामध्ये गुंततील आणि नियमितपणे त्यांच्या स्वतंत्र इच्छेनंच ते काम करू लागतील.

✳✳✳

स्वातंत्र्याची शिस्त

"ज्यांना स्वातंत्र्याचे फायदे उपभोगायचे आहेत,
त्यांनी स्वातंत्र्याचं समर्थन करण्याचं काम हाती घेतलंच पाहिजे."

- थॉमस पेन

"बंधनाशिवाय स्वातंत्र्य म्हणजे लोकशाही."

- अर्ल रीने

औद्योगिक संघटना असो किंवा नागरी संरचना, स्वातंत्र्याला जबाबदारीची शिस्त लावणं गरजेचं आहे.

आपल्या सर्वांना स्वातंत्र्य हवं असतं : वागण्याचं, बोलण्याचं, जगण्याचं, मजा करण्याचं, आपल्या मनासारखं करण्याचं, आपल्या वैयक्तिक गरजा पूर्ण करण्यासाठी काम करण्याचं स्वातंत्र्य.

पण ह्या स्वातंत्र्यासाठी आपण जबाबदारीनं वागतो का?

आपल्याला जे हवं ते करण्याचं स्वातंत्र्य हे स्वार्थीपणाच्या राज्याचं आमंत्रण असतं आणि आपण वस्तुतः अनेकदा त्या राज्यात जातोच. ते अपरिहार्य आहे. पण खरा मोठेपणा यात आहे की, हे स्वातंत्र्य उपभोगताना संघटनेतील इतरांचं आणि एकूणात समाजाचं अवकाश, जीवनशैली, स्वास्थ्य आणि स्वातंत्र्य या सर्व घटकांचा आदर करण्याचीही गरज आहे ह्याची तीव्र जाणीव आपल्याला असणं.

आपण राजकीयदृष्ट्या बरोबर असू, पण आपण नैतिकदृष्ट्याही योग्य आहोत का?

उदाहरणार्थ, एक विक्री प्रतिनिधी दिवसभरात त्याला ठरवून दिलेले १५ सेल्स कॉल्स (ग्राहकांच्या भेटी) करतो आणि आपलं काम पूर्ण झाल्याचा आणि ते उत्तम प्रकारे केल्याचा दावा करतो. पण यापैकी किती कॉल्समधून नवीन व्यवसाय/ काम मिळालं?

अनेक व्यावसायिक निर्णय - जे तुमच्या संघटनेसाठी किंवा उद्योगधंद्यासाठी योग्य वाटतात - त्यांचे समाजावर किंवा जगावर वाईट परिणाम होऊ शकतात. जे तुमच्यासाठी फायदेशीर आहे त्याने प्रदूषण वाढू शकतं किंवा जागतिक तापमानवाढ होऊ शकते. उदाहरणार्थ, तुमच्या एका उत्पादनाच्या जाहिरातीची मोहीम प्रत्यक्षात एखाद्या समूहाच्या किंवा उपजातीच्या स्वाभिमानाला आणि अस्मितेला दुखावू शकते.

मग, निव्वळ निकाल हा मूल्यवर्धन करणारा नसून उद्ध्वस्त करणारा असतो.

खूपच उच्च-प्रतिमेची अनेक प्रकरणं गाजलेली आहेत; ज्यामध्ये उद्योगांनी विस्तार किंवा अधिक नफ्यासाठी नैतिकदृष्ट्या चुकीचे मार्ग अवलंबलेले आहेत: एन्रॉनचा आर्थिक घोटाळा, लेहमन बंधूंवर आलेलं संकट, रजत गुप्ता प्रकरण, सुब्रतो रॉय घटना.

उद्योगजगत गंभीरपणे फायद्याच्या आणि यशाच्या दीर्घकाळ टिकणाऱ्या, तात्काळ नफ्यापेक्षाही सर्वांगीण नफ्याच्या संकल्पना पुन्हा पडताळून बघत आहे. उदाहरणार्थ, कोक आणि पेप्सीलादेखील गोड शीतपेयांचे लोकांच्या आरोग्यावर होऊ शकणारे हानिकारक दुष्परिणाम आणि त्यामुळे ही पेये वापरणं अत्यंत चुकीचं आहे हे मान्य करावं लागलं. त्यांनी त्यांच्या उत्पादनांमध्ये डाएट श्रेणी सुरू केली आणि फळांचे रसदेखील त्यांच्या उत्पादन मालिकेत नव्यानं घातले. ग्राहकांना नेहमीच्या शीतपेयांना पर्याय निवडण्याचं स्वातंत्र्य असलं पाहिजे ह्या गरजेची त्यांना जाणीव झाली.

वारंवार होणाऱ्या वीजकपातीमुळे जनरेटरची अतिशय मोठी गरज निर्माण झाली होती. पण त्यांच्यामुळे लक्षणीय ध्वनी प्रदूषण होत होतं. काही उत्पादक जबाबदारीनं वागले. म्हणून जनरेटरला ध्वनी-रोधक आवरण लावणं सक्तीचे झालं.

प्लॅस्टिकच्या पिशव्या जरी सोयीस्कर असल्या, तरी पर्यावरणाला घातक आहेत. कागदी पिशव्या चांगला पर्याय आहेत आणि जबाबदारी घेणारे उद्योग प्लॅस्टिकला पर्याय प्रचलित करण्यासाठी प्रयत्न करत आहेत. उदाहरणार्थ, डी-मार्ट तुम्हाला खरेदीसाठी घरून पिशवी घेऊन यायला सांगतं; नाहीतर ते पिशवीचं शुल्क ३.५० रूपये घेतात.

फास्ट फूड आरोग्यदायी नाही हे तर पूर्वीपासूनच माहीत आहे. अनेक प्रशासनं आणि काही उद्योग आता आरोग्यदायी खाण्याच्या सवयी आणि सेंद्रिय कृषी उत्पादनांचा प्रचार करत आहेत.

एन्रॉनला दाभोळ प्रकल्पातील त्यांच्या अनैतिक वागणुकीची किंमत मोजावी लागली.

अर्थातच, अजून खूप मोठा प्रवास शिल्लक आहे, पण निदान कृतीला सुरुवात तरी झाली आहे. सर्वांत आदरणीय आणि दीर्घकाळ टिकणारे उद्योग, व्यावसायिक, व्यवस्थापक आणि व्यक्ती त्याच असतील, ज्यांना हे कळेल की, संयम आणि घट्ट लगामाचा स्वातंत्र्याच्या पतंगाला उडण्यासाठी समतोल साधण्याचा परिणाम होतो. असा समतोल गरजेचा आहे. नाहीतर तोंडावर पडण्याची वेळ येईल. वागण्यात स्वातंत्र्य असू द्या, पण तुम्ही दुसऱ्याच्या अवकाशाचं उल्लंघन आणि दुसऱ्याच्या स्वातंत्र्यावर आणि स्वास्थ्यावर घाला घालत नाही ना याची खात्री करा.

आपल्या वैयक्तिक स्वातंत्र्याच्या शोधात आणि उपभोगात, दुसऱ्यांच्या गरजांचा आणि स्वातंत्र्याचा आदर करणं हा अलिखित नियम पाळणं अपेक्षित आहे.

हे तुमच्या व्यावसायिक जीवनाइतकंच व्यक्तिगत जीवनातही अमलात आणा. निरोगी जीवनासाठी काही तत्त्वं पाळावीच लागतात आणि यासाठी कुटुंबातील काही व्यक्तींच्या स्वातंत्र्याला शिस्त लावणं गरजेचं असू शकतं. हे स्वयंस्फूर्तीनंच करावं लागतं – जसजसे तुम्ही स्वतःहून स्वतःच्या स्वातंत्र्याला बंधन घालता, तसतसे तुम्ही कुटुंबातील इतर व्यक्तींना देखील स्वतःच्या इच्छेनं तसं करायला प्रोत्साहित करता. जेव्हा तुम्ही तुम्हाला अमूल्य असलेलं असं काही, विशेषतः तुमचं स्वातंत्र्य, इतरांसाठी सोडून देता, तेव्हा तुम्हाला समाधान जाणवतं. त्या समाधानामुळे तुम्ही केवळ ज्यांना त्याचा फायदा होतो त्यांच्याच नजरेत मोठे होत नाही, तर स्वतःच्याही नजरेत मोठे होता!

***

उद्यासाठी

"आज अंडं खाण्यापेक्षा उद्या कोंबडी खाणं अधिक चांगलं."

- थॉमस फुलर

"जेव्हा तुम्ही तुमच्या भविष्यकाळात पोहोचाल,
तुम्ही तुमच्या भूतकाळाला दोष द्याल?"

- रॉबर्ट हाफ

"भविष्यकाळ हा वर्तमानकाळानं खरेदी केलेला असतो."

- सॅम्युएल जॉन्सन

मी आज बऱ्याच दिवसांनी लिहायला बसलो आहे. मी एका चांगल्या दिवशी, माझा मोठा भाऊ किशोरच्या वाढदिवशी पुनश्च हरिओम केला आहे. आज माझा मित्र नंदूचाही वाढदिवस आहे. त्याच्या शेऱ्यामुळे मी 'संथ व्यवस्थापना'वर विचार केला आणि ते अंगिकारलं.

माझा भाऊ म्हणजे मूर्तिमंत दूरदृष्टी. त्याचे भविष्यकाळाबद्दलचे अंदाज आणि नियोजन, विशेषतः आर्थिक नियोजन, उत्कृष्ट आहे. जेव्हा जास्तीचं भांडवल असतं, तेव्हा तो त्याच्या नातवांचा आणि त्यांच्या वाढीच्या वयाचा विचार करतो. भौतिक गोष्टींवर खर्च करण्यापेक्षा, त्याचं प्राधान्य भविष्यकाळासाठी विम्यामध्ये, म्युच्युअल फंडात, किंवा सोनं आणि अमूल्य सामानामध्ये गुंतवणूक करणं याला असतं. कोणीतरी वर्तमनाचा उपभोग न घेणं आणि भविष्याविषयी काळजी करणं ह्या विचारानं कधी कधी मला अस्वस्थ होतं. पण त्याच्या जगाविषयीच्या ज्ञानाने किशोर मला खोटं पाडतो आणि यातून त्यानं मला जे काही शिकवलंय त्याबद्दल मी त्याचा आभारी आहे.

जेव्हा मी बारकाईनं विचार करतो, तेव्हा माझ्या असं लक्षात येतं, की जरी माझा भाऊ वर्तमानकाळ आणि भविष्यकाळामध्ये समतोल राखत असला, तरी त्याचं माप नेहमी पुढच्या दिवसाकडे झुकलेलं असतं. सुरक्षिततेच्या दृष्टीनं ह्यात जबरदस्त फायदा आहे, अदृश्य गोष्टींबाबत एक प्रकारची हमी आहे. पुढील दिवसांच्या आर्थिक सुरक्षिततेमुळे तुम्ही शांत आणि आरामात राहता. मग ते काहीही असो - तुमच्या मुलाचं शिक्षण, तुमची तब्येत, तुमच्या भाचीचं लग्न, तुमच्या कामवालीचा वैद्यकीय विमा...

तुमच्या वैयक्तिक खात्यात भांडवल जमा केल्यामुळे आर्थिक संस्थांच्या दृष्टीनं तुमची पत वाढते. ते जमा होण्यासाठी, दूरदृष्टी, नियोजन आणि अर्थातच नजीकच्या अल्प मुदतीतल्या भौतिक आनंदाचा त्याग करावा लागतो.

आणि तो त्याग करणं मौल्यवान असतं. तुमच्या आजोबांनी अनेक वर्षापूर्वी घेतलेल्या जमिनीची आजची किंमत करोडो रुपये असते ह्याबद्दल तुम्हाला फार छान वाटतं, नाही का? किंवा तुम्ही बालवाडीत असताना तुमच्या वडिलांनी तुमच्या नावावर गुंतवलेली व्यावसायिक मालमत्ता, जिथं आज तुमचा व्यवसाय बहरतो आहे? किंवा वडलोपार्जित शेतजमीन जी तुमच्या वडिलधाऱ्यांनी विकली नाही आणि आता आंतरराष्ट्रीय हॉटेलसाखळीकडून त्या जमिनीवर पर्यटनस्थळ विकसित करण्यासाठी त्याला खूप मागणी आहे? तुमच्या पूर्वजांनी तुमचं भविष्य अधिक चांगलं घडण्यासाठी त्यांच्या 'आज'मधील काही भौतिक आनंदाचा त्याग केलेला असतो.

विचार करा. आज आणि उद्यामध्ये समतोल निर्माण करा, पण पुढच्या दिवसाच्या बाजूकडे थोडं माप झुकतं ठेवा. पैसा महत्त्वाचा आहे! विशेषतः जेव्हा तुम्हाला त्याची नितांत गरज भासते आणि तो कमावण्याची पुरेशी साधनं तुमच्याकडे नसतात - सर्वांत महत्त्वाचं म्हणजे तुमची शारीरिक शक्ती. आयुष्याची काही खात्री नाही, म्हणून शहाणे व्हा आणि भविष्याकडे बघा.

***

कृती शब्द

"मानवजातीच्या वापरात असलेलं सर्वात प्रभावी औषध 'शब्द' हे आहे."

- रुडयार्ड किप्लिंग

"शब्द म्हणजे गोळ्यांनी भरलेलं पिस्तुल आहे."

- जॉन पॉल सार्त्र

अभूतपूर्व उपक्रमशीलता आणि जोखीम घेण्याची प्रबळ इच्छा असणारा माझा मित्र दीपक संघवी, हा निलॉन्स नावाच्या कंपनीचा व्यवस्थापकीय संचालक आहे. हे त्याचे गुण आणि त्याचं त्याच्या जोशपूर्ण मुख्य कार्यकारी अधिकारी राजीव अग्रवालशी असलेलं समीकरण निलॉन्सची एफ.एम.सी.जी क्षेत्रात घोडदौड सुनिश्चित करत आहे.

काही वर्षांपूर्वी जेव्हा त्यांनी भविष्याचं नियोजन केलं, त्यांच्या दूरदृष्टीनुसार त्यांना ५०० कोटींची कंपनी व्हायचं होतं आणि ७० टक्के सी.ए.जी.आर (कम्पाउंड ॲन्युअल ग्रोथ रेट)नं सलग तीन वर्ष प्रगती करायची होती. पण त्यांच्या प्रगतीच्या नियोजनाला २००८च्या मंदीमुळे अडथळा निर्माण झाला. त्याच दरम्यान, केवळ दोनेक महिन्यांआधी त्यांच्या समूहात परदेशी गुंतवणूक करण्यात आली होती. नवीन भागीदारांबरोबर दीपक आणि राजीवनं काही वृद्धीची ध्येयं ठरवली होती. त्यांना हळूहळू जवळ येणाऱ्या मंदीची काहीच कल्पना नव्हती आणि खरंतर जागतिक स्तरावरही जवळपास सर्वांनाच मंदी अनपेक्षित होती.

जेव्हा बाजारपेठेतील घडामोडींच्या शक्तीमुळे अर्थव्यवस्था भरडली गेली, त्यांच्याकडे वर्षाच्या पूर्वार्धात शून्य टक्के वाढीची अपेक्षा करण्यासाठी सर्व तर्कशुद्ध आणि पटणारी कारणं होती. गुंतवणूकदारांनीसुद्धा एकंदर व्यावसायिक वातावरण हाताबाहेर

गेल्यानं, ही वाईट परिस्थिती स्वीकारली होती. पण, वेड्यासारखं दिसेल- आणि अगदी गुंतवणूकदारांना तसं ते वाटलंही असेल - ह्या जोडगोळीनं असं जाहीर केलं की, २५ टक्क्यांच्या खाली त्यांची प्रगती असूच शकत नाही. याचा अर्थ असा होता की, वार्षिक सरासरी २५ टक्के होण्यासाठी, त्यांना पुढच्या सहा महिन्यांमध्ये ५० टक्के वाढ करणं गरजेचं होतं.

ही अजिबात प्रोत्साहित करणारी मनःस्थिती नव्हती. बाजारपेठेतील परिस्थितीची नकारात्मकता आधीच विक्री संघाच्या घटकांमध्येही निर्माण झाली होती. पण एका मोठ्या योजनेची आखणी करण्यात आली. ह्या नियोजनात चार सर्वोच्च वरिष्ठांनी (दीपक, राजीव यांना धरून) संपूर्ण बाजारपेठेत जाऊन वैयक्तिकरित्या भेटणं; विक्री कर्मचारी वर्गाच्या काम करण्याच्या वेळेत ५० टक्के वाढ; वरिष्ठांनी ६० सेकंदात निर्णय घेण्याचा उपक्रम आणि अजून अशा बऱ्याच काही गोष्टींची अंमलबजावणी करण्याचा प्रचंड ध्यास घेतला होता.

टीम महिन्यातले २८ दिवस प्रवास करत होती. १५ ते १८ तास कामाच्या ठिकाणी घालवले जात होते आणि हा पूर्ण उपक्रम सहा महिने चालू होता.

ह्या प्रक्रियेला 'महायुद्ध' असं नाव देण्यात आलं होतं, म्हणजे ती कृती व्यवस्थापनाच्या प्रत्येक पातळीवर दिसली आणि वाटली पाहिजे आणि गोष्टी योग्य दिशेनं घडायला सुरुवात झाली.

मला खात्री वाटण्यापेक्षाही मी जास्त हे मानतो की, 'महायुद्ध' हा शब्द सर्व कर्मचारिवर्गामध्ये निनादत होता. त्यांना हे समजलं होतं की, एखाद्या युद्धात असतं त्याप्रमाणे हा जीवन-मरणाचा प्रश्न होता, त्यांच्या पूर्ण अस्तित्त्वाशी हे निगडित होतं. म्हणूनच संघटनेतील प्रत्येकजण प्रेरित होता. त्या सगळ्यांनी स्वतःची पातळी उंचावली, स्वतःच्या सुरक्षित कोशाला भेदलं, घाम गाळला, बाजारपेठ पिंजून काढली, नवीन मार्ग तयार केले, कल्पक विक्री योजना तयार केल्या आणि अक्षरश: हे योद्ध्याप्रमाणं लढले - कधी वार करत, कधी बचाव करत, तर कधी लोकांना जिंकत, त्यांनी आपला मार्ग शोधला.

३ महिन्यांत विक्री ४६ टक्क्यांनी वाढली.

कधीही जेव्हा शंका किंवा थकवा येत असे, तो एक शब्द 'महायुद्ध', मनोवृत्तीमध्ये आमूलाग्र बदल घडवून आणत असे. परत स्फुरण चढत असे आणि प्रत्येक जण सकारात्मक आणि कष्टाळूपणे काम करण्यास प्रेरित होत असे.

एकच कृती शब्द किंवा वाक्प्रचार ठळकपणे फरक निर्माण करू शकतो.

उदाहरणार्थ, मी माझ्या पत्रव्यवहाराच्या शेवटी माझ्या नावानंतर 'आयुष्य साजरे करतो आहे' असं लिहून सही करतो. आयुष्याला भिडण्याची आणि स्वीकारण्याची आठवण यामुळे होत राहते.

ही सर्वश्रुत गोष्ट आहे की, विचार शब्द तयार करतात आणि शब्दच कृतींना चालना देतात. उत्तम कृतीशील शब्द तुमचे विचार प्रभावित करतात आणि त्यामुळेच तुम च्या कृतींवरही परिणाम करतात आणि कृतींमुळे सवयी तयार होतात, सवयी चारित्र्य घडवतात.

जोशपूर्ण शब्द आणि वाक्‌प्रचारांची तुमची स्वतःची एक यादी करा आणि तुमच्या आयुष्यानं मोठा पल्ला गाठल्याचा तुम्हाला अनुभव येईल. तुम्ही निव्वळ जगणार नाही, तर तुमची भरभराट होईल. ऊर्जापूर्ण शब्द साखळीसारखी क्रिया घडवून आणतात. शब्दांची शक्ती कामगिरीसाठी लागणारं इंधन म्हणून वापरा. हे घडतं - आणि खूप उत्तम घडतं.

आता इथे, काही कृती शब्द आणि वाक्‌प्रचार देत आहे :

१. आयुष्य साजरं करा.

२. वा! (मी रोज सकाळी उठल्यावर माझा उद्गारवाचक शब्द)

३. आनंदी प्रभात! (गुडमॉर्निंग ऐवजी)

४. जगत असल्याबद्दल मी आनंदी आहे! (इन्फ़िनिथेइसमचे महात्रिय रा वारंवार हा मंत्र वापरतात)

५. महायुद्ध!

६. हल्लाबोल! (बाजारपेठ काबीज प्रक्रियेसाठी नीलॉन्सनं राबवलेला अजून एक उपक्रम)

७. आयुष्यात बदल घडवणं.

८. काम करण्यासाठी उत्कृष्ट ठिकाण.

९. आताच कृती करा.

१०. व्यवसायात कपात करा.

११. आगे बढो!

१२. सूर्य जिंकण्याचं स्वप्न बघा.

१३. जुनून.

१४. जोश.

१५. उंच भरारी घ्या.

१६. उठा.

१७. प्रगती.

१८. नेतृत्वाची निवड करतो. (मी नेतृत्व करण्याची निवड केली आहे.)

१९. सेवक नेतृत्व (सर्व्हंट लीडरशीप) - सर्वसामान्य माणसाचे आयुष्य समृद्ध करणारी, उत्तम संघटना उभी करणारी आणि महत्त्वाचे म्हणजे या जगाला अधिक सुरक्षित व न्यायी बनवणारी विचारप्रणाली आणि अनुषंगिक कृती म्हणजे 'सेवक नेतृत्व', असे म्हणता येईल.

२०. स्वतःपलीकडे जाऊन सेवा. (रोटरीमधलं एक बक्षीस)

२१. मानवता हा आमचा व्यवसाय आहे. (रोटरीमधला एक विषय)

२२. वेदना नको. (बॉक्सिंग रिंगमध्ये दिली जाणारी स्वयंसूचना)

***

काय करायचे नाही?

तुम्ही काय करत नाही, हे तुम्ही काय करता याइतकंच महत्त्वाचं आहे. इथं मी अशा दैनंदिन कामांची यादी देत आहे जी करायची नाहीत असं मी जाणीवपूर्वक ठरवलेलं आहे. त्याऐवजी, माझ्याकडचा कार्यक्षम कर्मचारिवर्ग हे सगळं सांभाळतो.

- मी दुपारचं किंवा रात्रीचं जेवण करत असताना माझा फोन घेणं.
- माझी रेल्वेची आरक्षणं करणं.
- माझ्या कामगारवर्गाशी आगाऊ रकमेबाबतची व्यवस्था पाहणं.
- वीज, फोन आणि मोबाईलची बिलं भरणं (मी ती बिलं बघतही नाही.)
- पॉवर पॉइंट प्रेझेन्टेशन्स बनवणं.
- माझ्या कॉम्प्युटरवर माहिती भरणं.
- हार्डवेअर, सॉफ्टवेअरची चालू ठेवण्याची व्यवस्था पाहणं.
- माझी गाडी चालवणं.
- माझे विमाहप्ते, कर, विक्रीकर परतावे भरणं.
- माझ्या सी.एबरोबर करनियोजनाबाबत काम करणं.
- काही कर्ज असल्यास नियोजन आणि कर्ज परतफेड करणं.
- नेहमी लागणारी यंत्रं आणि सामान विकत आणणं.
- माझ्या ग्राहकांच्या आराखड्यांमधील मांडणीच्या तपशीलांवर काम करणं.

▶ आर्थिक व्यवहारांसाठी बँकांमध्ये जाणं.

▶ केबल टी.व्ही.च्या एजंटला पैसे देणं.

▶ व्यावसायिक भेटींसाठी वेळ ठरवणं.

▶ इ.पी.ए.बी.एक्स, व्हाईट गुड्स, पाण्याचं शुद्धीकरण यंत्र, इलेक्ट्रिक यंत्रं आणि जोडण्या, गवंडीकाम, स्वयंपाकाचा गॅस आणि इतर अनेक गोष्टींच्या देखभाल करणाऱ्या माणसांशी समन्वय साधणं.

▶ हॉटेलची आरक्षणे करणं.

▶ व्यावसायिक पत्रं आणि निविदा लिहिणं.

▶ नेहमीची शुभेच्छा पत्रं आणि सांत्वनपर टेलिग्राम पाठवणं.

▶ जंक मेल वाचणं.

▶ केवळ वेळ घालवण्याकरता खरेदीला जाणं.

आणि अजून काही अशा गोष्टी आहेत ज्या मी कधी म्हणजे कधीच करणार नाही. खरं तर, कोणीही माझ्यासाठी त्या करू शकत नाही. उदाहरणार्थ, जर मी प्रवास करत नसेन, तर मी कधीही माझ्या मुलीबरोबरचं दुपारचं आणि रात्रीचं जेवण चुकवणार नाही.

वेळ मौल्यवान आहे, तो अशा गोष्टींवर घालवू नका. त्या गोष्टी कोणीतरी दुसरं तुमच्याइतकंच किंबहुना तुमच्यापेक्षा चांगलं करू शकतं.

त्याबरोबरच, काही गोष्टी अशा आहेत की त्या केवळ तुम्हीच करू शकता, कोणीही दुसरं तुमच्यासाठी करू शकत नाही. तुम्ही याची काळजी घेतली पाहिजेत, की त्या गोष्टी करण्यासाठी तुम्ही मोकळे राहाल.

***

संवाद

एकत्र जगण्याची कला

मुलांची पद्धत

"आपण आपल्या मुलांसारखं होण्याऐवजी, आपण त्यांना अधिक आपल्यासारखं करण्याचा प्रयत्न करतो, ह्याची परिणती म्हणजे आपण त्यांचे कोणतेच चांगले गुण घेत नाही आणि ते आपले बहुतांश दुर्गुण घेतात."

- सिडनी जे. हॅरीस

माझा मित्र दीपक संघवी आणि त्याची प्रेमळ पत्नी रितू ह्यांना संस्कार नावाचा गोड मुलगा आहे. तो अडीच वर्षाचा आहे आणि तो माझ्या बायकोने चालवलेल्या बालवाडीमध्ये विस्डममध्ये येतो. अलीकडेच, रितूनं संस्कारबद्दलची एक गोष्ट आम्हाला सांगितली.

रितू एका कौटुंबिक स्नेह्यांना भेटायला गेली होती आणि तिच्याबरोबर संस्कारही होता. त्याची आई घरात गप्पा मारत होती तेव्हा तो गवतावर खेळत होता. जेव्हा निघायची वेळ झाली, तेव्हा ती संस्कारला आणायला बाहेर गेली. तेव्हा तिच्या लक्षात आलं की, संस्कार अनवाणी आहे. तिला असं वाटलं, की त्यानं त्याचे बूट कोठेतरी फेकून दिलेत. तिनं घरात सोफ्याखाली, गच्चीत, जिन्यात, बाहेर गवतावर बूट शोधायला सुरुवात केली. जेव्हा तिला शोधून बूट सापडेनात, तिनं मुलाकडे लक्ष वळवलं आणि त्याला विचारलं, की तो असा बेजबाबदार का वागला आणि त्याने बूट का हरवले.

छोटा संस्कार मग आईचं बोट धरून तिला घराच्या प्रवेशदाराजवळच्या चपलांच्या कपाटाकडे घेऊन गेला. त्यानं त्याचे बूट तिथे व्यवस्थित ठेवले होते. ही सवय त्याला त्याच्या बालवाडीत लागली होती.

रितूला आनंदही झाला आणि ती वरमलीदेखील. आपलं मूल निष्काळजी आहे असा

विचार केल्याबद्दल तिला पश्चात्ताप झाला. त्यानं त्याचे बूट योग्य ठिकाणी ठेवले होते- तिनंच पहिल्यांदा चुकीचं गृहीत धरलं आणि बूट चुकीच्या ठिकाणी शोधण्यात वेळ वाया घालवला.

आपण मोठी माणसं जवळपास नेहमीच असं गृहीत धरतो की नाही, की आपल्या सूचनांशिवाय आपली छोटी मुलं जबाबदारीनं वागायला सक्षमच नाहीत? आपल्याला मोठ्या माणसांना सगळंच उत्तम माहीत असतं अशी आपली इतकी खात्री असते, की आपण नेहमीच त्यांना आपल्या पद्धती शिकवतो, हो की नाही?

आपली इच्छा असते आपल्या मुलांनी आपलं आत्मचरित्र जगावं - आपल्या पावलांवर पाउल टाकावं किंवा आपली स्वप्नं पूर्ण करावीत. आपला विश्वासच नसतो की, मुलं नवीन आणि अधिक चांगले मार्ग शोधण्यासाठी पुरेशी कार्यक्षम आणि सर्जनशील आहेत. आपण खूप क्वचित त्यांचं ऐकतो. ह्या प्रक्रियेत, आपण आपलं चुकीच्या धारणा आणि अविवेकी विचार त्यांना पुढे देण्याची, त्यांची स्वच्छ मनं आपल्या मानसिक गाळानं भरण्याची शक्यता असते.

पुढच्या वेळी, तुमच्या लहानग्यांबद्दल मत बनवण्याआधी, त्याला कोणतंही लेबल चिकटवण्याआधी, थांबा. त्यांच्यावर तुम्ही ठेवता त्यापेक्षा अधिक विश्वास ठेवायला शिका; त्याचं ऐका. त्यांची वाढ व्हायला आणि त्यांची स्वतःची जगाबद्दलची दृष्टी विकसित व्हायला त्यामुळे मदत होईल. त्यांची ती विकसित दृष्टी कदाचित आपल्यापेक्षा नक्की प्रगल्भ असू शकते.

आणि एकदा का तुम्ही हे केलंत, तुमच्या सर्वात लहानग्यांकडून, ज्यांना तुम्ही नेहमीच गृहीत धरता असे सोबती, त्यांच्याकडून शिकण्याची तयारी तुम्ही ठेवलीत तर तुम्ही अधिक शहाणे व्हाल. तुम्ही बरोबर काम करत असलेल्या किंवा समाजात भेटणाऱ्या किंवा अगदी अल्प काळ भेटणाऱ्या प्रत्येकाकडून शिकण्याची तयारी आणि क्षमता तुमच्यात असेल.

***

साधी आणि प्रभावी काळजी

''तुम्ही कुठे काम करता हे महत्त्वाचं नाही, पण कसे काम करता हे महत्त्वाचं.''

- जे. रुबिन क्लार्क

तो खूप गडबडीचा आठवडा होता. मला एकामागोमाग एक भाषणाचे कार्यक्रम होते. ह्या सगळ्यामध्ये, माझा मुलगा अकरावीच्या प्रवेशासाठी शाळा शोधण्याच्या मोहिमेवर होता. त्यानं अभियांत्रिकी आणि वैद्यकशास्त्र सोडून अर्थशास्त्राचा (इकॉनॉमिक्स) अभ्यास करण्याचा निर्णय घेतला होता. आम्हाला नेहमीच्या कॉलेजसारखं नाही तर शालेय वातावरण हवं होतं, जिथं तो खासगी वसतिगृहात राहील. आम्ही बंगलोरमधील एका शाळेची निवड केली आणि आम्हांला शाळेला भेट देणं, मुलाखत आणि प्रवेश परीक्षेसाठी एक दिवस दिला गेला होता.

तो अगदी शेवटच्या क्षणी ठरवलेला प्रवास होता. आम्हाला स्पाईस जेट कंपनीच्या बंगलोर उड्डाणाचं तिकीट मिळू शकलं. आमचा दिवस पूर्ण व्यग्र होता - विमानतळापासून ६५ कि.मी. असलेल्या त्या शाळेला भेट, तेथील लांबलचक कार्यक्रम आणि संध्याकाळच्या प्रवासासाठी परत विमानतळाला जायचा प्रवास.

विमानातील सेवकांनी आम्हाला न्याहारीसाठी ज्यूस आणि सँडविच दिले. आमच्या एकंदरीत धकाधकीच्या वेळापत्रकासाठी त्यांचा शिष्टाचार आणि कार्यक्षमता ही एक स्वागतार्ह सुरुवात होती. पण सर्वोत्तम असं काही यायचं अजून शिल्लक होतं.

आमचं विमान उतरण्याची वेळ येण्याअगोदर, सेवक विमानाच्या गँगवेमधून वापरून झालेल्या ताटल्या स्वच्छ कचऱ्याच्या पिशवीत गोळा करत शेवटपर्यंत गेले. मला काय स्पर्शून गेलं असेल तर ह्या रटाळ कामाला पाठिंबा देणारी सूचना : 'वेळेवर असणं हा महत्त्वाचा सद्‌गुण आहे. आपल्या वापरलेल्या ताटल्या पिशवीत

टाकून आम्हाला मदत करा. यामुळे बंगलोरला पोचल्यावर विमान कमी वेळात स्वच्छ करण्यास आम्हाला मदत होईल आणि तुमच्या बंगलोरहून प्रवास करणाऱ्या सहप्रवाशांना वेळेवर प्रवास सुरू करता येईल.'

त्या ओळींमध्ये केवढी दूरदृष्टी, नियोजन आणि काळजी होती.

विमान साधारण सकाळी ९ वाजता पोचणार होतं. आम्ही शाळेत वेळेवर पोचण्याच्या आणि शाळेतील सर्व औपचारिक कामं आम्हाला बंगलोरमध्ये असणाऱ्या काही मोजक्या तासांमध्ये उरकण्याच्या घाईत होतो. हवाईसुंदरीनं नेहमीच्या आगमनपूर्व सूचना – ज्यामध्ये शहरातील हवामान, ही विमानसेवा प्रवासासाठी निवडल्याबद्दलची कृतज्ञता असं सगळं होतं – ह्या सर्व सूचना अशा होत्या ज्यांच्याकडे आपण क्वचितच लक्ष देतो. पण त्यात दैनंदिन गोष्टींपेक्षा अधिक काही होतं. ते आणि ज्या पद्धतीनं त्या बाईनं त्या ओळी म्हटल्या त्यामुळे माझ्या काटेकोर बरहुकूम शाळाभेटीबद्दलच्या अस्वस्थतेतही मी त्यात गुंतलो:

'कृपया तुमचे लॅपटॉप बंद करा आणि तुमचे काम स्टोअर करून ठेवायला विसरू नका. तुमच्या चीजवस्तू महत्त्वाचं म्हणजे मेमरी स्टिक घेतल्यात ना यांची खात्री करा.'

प्रत्येक सूचनेच्या लिखाणामध्ये आणि वक्तव्यामध्ये 'आम्हाला काळजी आहे' हा मौल्यवान भावनिक अनुबंध अगदी सुस्पष्ट होता.

ज्या लोकांनी तो लिहिला होता आणि जे तो दिवसातून अनेक वेळा जाहीर करत होते, त्यांच्यासाठी ते एक दैनंदिन काम होतं. तरीही त्यात दर वेळी अर्थ होता, तो जितका साधा होता, तितकाच प्रभावी होता. माझ्यासाठी हा रोजच्या संवादासाठी एक धडा होता – कोणतंही नित्यकर्म, विचारपूर्वक आणि व्यावसायिकतेबरोबरच वैयक्तिक लक्ष देऊन केलं, तर कसं मौल्यवान होऊ शकतं. माझ्यासाठी आणि माझ्या मुलासाठी बंगलोरमधील व्यग्र दिवसाची ती एक उत्कृष्ट सुरुवात होती.

धन्यवाद, स्पाईस जेट!

✻✻✻

ग्राहकांच्या तक्रारी

''राग हा कधीच कारणाशिवाय नसतो,
पण क्वचितच चांगल्या कारणासाठी असतो.''

- बेन्जामिन फ्रॅन्कलीन

महाराष्ट्र वीज मंडळ खूप मोठ्या अडचणीत आहे. मागणी आणि पुरवठा यातील अंतर वाढतच चाललं आहे. राज्य सरकारकडे काही महत्त्वाकांक्षी प्रकल्प आहेत आणि ते शेजारच्या राज्याकडून वीज विकत घेतं, पण सर्व प्रयत्न करूनही, आहे ती संकटस्थिती पुढे चालूच राहते. शहरी भागातील लोकांना दिवसाला जवळजवळ ६ तास वीज मिळत नाही, तर खेडोपाडी ती १२ ते १६ तास मिळत नाही.

साहजिकच, सर्व वायरमन आणि सबस्टेशनमध्ये काम करणाऱ्या कनिष्ठ अभियंत्यांसाठी हा कठीण काळ आहे. त्यांना संतप्त ग्राहकांच्या फोनना उत्तर द्यावं लागतं.

आम्ही, प्रशिक्षण संस्थेच्या भूमिकेतून वीजमंडळाबरोबर, विशेषतः वायरमन आणि मध्यपातळीच्या अभियंत्यांबरोबर गेली तीन वर्षं काम करतो आहोत. आमच्या प्रशिक्षणातील महत्त्वाचा एक भाग म्हणजे ग्राहक तक्रारी.

एक दिवस, मी जळगाव शहर ऑफिसच्या मेहरून विभागाला भेट द्यायला गेलो. तेथील काही निवासी भाग वीजमंडळानं जाहीर केलेल्या वेळापत्रकापेक्षा अधिक वीजकपात सहन करत होते. मी सबस्टेशनमध्ये पाऊल ठेवल्या क्षणी मला एक रागावल्यासारखा माणूस त्याची दुचाकी पार्क करताना दिसला. माझ्यानंतर लगेचच घाईघाईनं तो ऑफिसात आला. तुम्ही दुरूनही सांगू शकला असता की, त्याचा पारा चढलेला आहे. खवळलेली परिस्थिती ओळखून वायरमन ताबडतोब उभा राहिला,

त्या माणसाकडे बघून हसला आणि म्हणाला, ''नमस्कार.'' तो ग्राहक वायरमनशी शुभेच्छांची देवाणघेवाण करण्यात अजिबात उत्सुक नव्हता आणि तो अवहेलनेनं ओथंबलेल्या आवाजात वायरमनला म्हणाला, ''तुम्हाला माहीत आहे का गेले अनेक दिवस आम्ही तुम्हाला फोन करतोय? तुम्हाला कल्पना आहे का, फोन का करतोय? आम्ही तक्रार करतो आहे पण इथे कोणाला काळजी पडली आहे असं वाटतच नाही. म्हणून मला प्रत्यक्षच इथे यावं लागलं!''

त्या अनुभवी वायरमननं ग्राहकाकडे पाहिलं, थोडा पुढे झुकला आणि त्याचा हात धरला आणि वरवर पाहता खरी वाटेल अशा काळजीनं तो मंद हसत म्हणाला, ''धन्यवाद. असं झालं नसतं तर आमचं ऑफिस आपल्या येण्यानं सन्मानित कसं झालं असतं?''

ग्राहकाचा राग निवळला. त्याला अचानक महत्त्व दिल्यासारखं वाटलं आणि तो मंद हसला. खूपच शांत आवाजात, ही अडचण सोडवण्याकरता काय करता येईल, याची विचारणा करायला सुरुवात केली.

संतप्त ग्राहकाला कसं शांत करावं आणि त्याला आपल्या बाजूला कसं आणावं आणि नंतर त्याची तक्रार असतानाही त्याला महत्त्व आणि किंमत दिल्यासारखं कसं वाटायला लावावं, याचा अत्युत्कृष्ट धडा मी तेव्हा शिकलो.

मला दिसलं की, आमच्या प्रशिक्षणाचा कदाचित उपयोग होत होता आणि वीजमंडळाचे कर्मचारी रोजच्या तणावपूर्ण घटना हाताळण्यासाठी योग्य साधनं मिळवत होते.

***

असहमती

"युक्तिवादाचं ध्येय विजय नसून प्रगती आहे."

- ऑस्कर वाइल्ड

एक दिवस माझ्या मुलाच्या शाळेतील शयनगृहाबाहेरील नोटीस बोर्डावरच्या वाक्यानी माझं लक्ष वेधलं.

आपण का आणि कसे वादविवाद करतो?

- हा युक्तिवाद संतापातून आलेला आहे की शोधून समजून घेण्याची गरज वाटल्यानं केलेला आहे?
- आपण केवळ समोरच्या व्यक्तीला हरवण्यात आणि त्याचा दृष्टिकोन निष्प्रभ करण्यासच उत्सुक आहोत का?
- आपण वैचारिकदृष्ट्या लवचीक आहोत की आपला अहंकार जपण्यासाठी आपल्याला अति दुराग्रही व्हायचे आहे?
- आपण जागरूकपणे ऐकतो की आपण समोरच्यानं केलेल्या विधानापेक्षा अधिक सशक्तपणे त्याला प्रत्युत्तर कसं द्यावं, ह्या तयारीतच गुंतलेलो असतो? (आपला बऱ्याचदा असा गैरसमज असतो की, आपण जोरात बोललो किंवा ओरडलो की आपलं मत स्वीकारलं जाईल.)

लोकशाहीच्या रचनेत मुळातच विधायक विरोध अपेक्षित आहे; नाहीतर आपण कधीच प्रगत आणि विकसित होणार नाही.

तुम्ही असहमती कशी दर्शवाल?

ह्या प्रश्नाच्या उत्तरानं मला अधिक चांगला संवाद साधायला खूपच मदत झाली आहे. मी कधीही मनोगत बोलत नाही. मला समजून यावं यासाठी मी ऐकतो. मी कल्पना, प्रतिक्रिया, उत्तरं, टीका आणि निरीक्षणं योग्य दृष्टिकोनातून घेऊ शकतो. मला अधिक चांगलं काम करायला आणि माणूस म्हणून विकसित व्हायला यामुळे मदत होते. सरतेशेवटी, विकास म्हणजे 'सर्व्हायव्हल ऑफ द फिटेस्ट'.

टीममधील लोकांचे दृष्टिकोन वेगळे असतात, तरीही एकत्र काम करण्यासाठी, काही मानकं/रूढी आणि कार्यपद्धतीचं पालन करण्याची गरज असते. अत्यंत महत्त्वाच्या गोष्टींवर त्यांचं पालन होण्याआधी तपशीलवार चर्चा घडणे अत्यावश्यक असते. निरोगी चर्चा केवळ त्या विषयात सुधारणा करत नाही, तर संघातील प्रत्येकाच्या मनात एक मालकीची भावना निर्माण होते आणि मग आज्ञापालन हे शिस्तीत किंवा खरं म्हणजे स्वयं-शिस्तीत रूपांतरित होतं.

काही रूढी अशा असतील की, ज्यांच्यावर १०० टक्के एकमत होणं अवघड आहे. पण त्यावर पुरेशी खरी आणि गंभीर चर्चा झाली आहे हे वास्तवच वादाची तीव्रता कमी करते.

तुमच्या टीममधील प्रत्येकाबरोबर काम करा, निरोगी चर्चा निमंत्रित करा; त्यांना उद्योगाशी जोडले गेल्याची भावना येईल आणि तुम्हाला एक शिस्तबद्ध आणि बांधिलकी जपणारी टीम मिळेल.

मतभेद मान्य करू या

"दीर्घकाळ भांडण म्हणजे दोन्ही पक्ष चुकत आहेत."

- वॉल्टेअर

"लोक तुमच्या विरुद्ध नसतात, ते केवळ त्यांच्या स्वतःसाठी जगत असतात."

- जीन फाउलर

'**मी** सहमत नाही' आणि 'मी (आपल्या दोघांमध्ये) सहमती नसण्याला संमती देतो' या दोन्हीमध्ये जमीन-अस्मानाचं अंतर आहे.

पहिलं विधान स्वयंप्रेरित आहे आणि दुसरं बाह्यप्रेरित आहे.

दुमत असण्याला संमती देणं हा दुसऱ्याच्या विचारस्वातंत्र्याला आदर देण्याचा प्रगल्भ मार्ग आहे. जेव्हा तुम्ही मतभेद असणं मान्य करता, तेव्हा तुम्ही दुसऱ्याच्या दृष्टिकोनावर पुरेसा विचार केलेला असतो; त्या मताचे स्वतःच्या कल्पनांशी असलेले सहसंबंध पडताळून बघितलेले असतात आणि मग असहमत होण्याचा निर्णय घेतलेला असतो.

दुसऱ्या बाजूला, 'मी सहमत नाही' हे सहसा केवळ हरण्याची अस्वस्थता टाळण्यासाठी स्वतःच्या मताचं केलेलं समर्थन असतं. जेव्हा असं घडतं, तेव्हा तुम्ही तुमचे इतरांचे मत स्वीकाराचे मार्ग बंद करून टाकता. जेव्हा तुम्ही एखाद्या दृष्टिकोनाशी भावनिक पातळीवर जोडले जाता किंवा जर ती गोष्ट अभिमान वाटावा अशी वाटू लागते, तर मग तर्क आणि कारणमीमांसा ह्याची तुमच्या वैचारिक प्रक्रियेत मदत होणं थांबतं. तुम्ही वहावत जाता आणि एक उच्च पातळीची अति-गुंतवणूक अनुभवता.

धोक्याची सूचना: खूपदा, लोक दुसरा वाक्प्रचार मी सहमती नसण्याला संमती देतो

हे विधान वापरतात, पण खरं तर तसं त्यांना वाटत नसतं. ते तो वाक्प्रचार वापरतात कारण केवळ तो ऐकायला बरा वाटतो. ते विरुद्ध दृष्टिकोनाचा कोणताही गंभीर विचार किंवा आदर न करता मतभेदांना मान्यता देतात. हा देखील, ग्रहणशीलतेचे दरवाजे बंद करण्याचाच परिणाम आहे. अशीही अगदीच शक्यता आहे की, त्यांना समजलं नाही आहे किंवा त्यांनी पुरेशी कारणमीमांसा केलेली नाही. काही लोक मतभेदांना मान्यता देतात ते फक्त दुसऱ्यांच्या मर्जीतून उतरणं टाळण्यासाठी.

पण आपण हे नेहमीच समजून घेतलं पाहिजे की, मतभेदाचा उद्देश शत्रूत्व नसतो. आयुष्य एकसुरी आणि खरोखरच दर्जाहीन झालं असतं, जर दोन माणसांमध्ये काहीही फरक नसता.

यावर विचार करा. जर प्रत्येकानं 'जैसे थे' स्थिती स्वीकारली असती, तर महत्त्वाचे शोध किंवा वैज्ञानिक आविष्कार कधी झाले असते का? जर कोणीच प्रश्न विचारले नसते, युक्तिवाद किंवा विवादात्मक चर्चा केली नसती, तर? जेव्हा स्वीकृत रूढी कोणीतरी अमान्य करतं, तेव्हाच अर्थपूर्ण विकास होतो. आपण रूढींना आव्हान दिलं पाहिजे, गृहीत धरलेल्या गोष्टींवर प्रश्न विचारले पाहिजेत.

परंतु, सरसकट आंधळा अस्वीकार किंवा ज्याला प्रश्न विचारले आहेत किंवा असहमती आहे त्याचा रोगट तिटकारा, यातून काहीही साध्य होत नाही. मग कोणतीच प्रगती किंवा महत्त्वाचा शोध यातून निघू शकत नाही.

आपल्या दृष्टिकोनाबद्दल झपाटले न जाता आणि असहमतीमध्ये सतत नकारात्मकता न येता – असहमत व्हायला आपण शिकू शकतो.

***

आपण खरंच जोडले गेलोय का?

''माझ्या घरात तीन खुर्च्या आहेत; एक एकांतासाठी, दोन मैत्रीसाठी आणि तीन समाजासाठी.''

- हेन्री डेवीड थोरो

मी हिंदुस्थान पेट्रोलियम कॉर्पोरेशन लिमिटेडमध्ये कार्यक्रम करून पुण्याहून परतत होतो. मला असे रेल्वे प्रवास आवडतात. माझे बाबा म्हणायचे, 'तुम्हाला जर माणसांबद्दल शिकायचं असेल, तर रेल्वे, बसेसमध्ये प्रवास करा. तुम्ही आयुष्याचे खरे धडे घ्याल.' सहप्रवाशाबरोबर लोणचं किंवा मिंट चॉकलेट्स या बरोबरच अनुभवाची देवाणघेवाण करणं म्हणजे खरी मानसिक मेजवानीच असते.

पण अलीकडे हे प्रवास म्हणजे एकाकी प्रसंग झाले आहेत. लोक त्यांच्या लॅपटॉप किंवा आय-पॉड किंवा मोबाइलमध्ये बुडालेले असतात. आपण वास्तव जगाशी नव्हे तर आभासी जगाशी जोडले जातोय असं दिसतंय. आपण सहप्रवाशाकडे बघून हसतदेखील नाही. त्याचं नाव आणि व्यवसाय विचारणं तर दूरच राहिलं.

अगदी साधारण १२ ते १५ वर्षांपूर्वी भारत देशाला उपकरणांचं इतकं वेड लागलं नव्हतं, तेव्हा माझ्या एका मित्राचं रेल्वेमध्ये एका गृहस्थांशी बोलणं झालं. ते गृहस्थ नंतर त्याचे सासरे झाले. दोन कुटुंबं एकत्र आली होती. हे नवीन नव्हतं. ही फार पूर्वीची गोष्ट नाही. कितीतरी व्यवसाय किंवा इतर संबंध त्या वेळी अशा प्रवासांमध्ये वेग घ्यायचे. ओळखींचं जाळं वाढवण्याचा हा उत्तम मार्ग होता.

आज, तुम्हाला शेजारच्या कंपार्टमेंटमधील कॉलेजवयीन मुलीच्या स्मार्ट फोनवरील गाणी ऐकावी लागतात, किंवा तुमच्या वरच्या बर्थवरील ८ वर्षाच्या मुलाच्या गेम

बॉय खेळाचा इलेक्ट्रॉनिक गोंगाट ऐकावा लागतो. तो मुलगा गेले २ तास सलग हा गेम खेळतोय. किंवा धकाधकीचा दिवस संपवून तुम्ही थोडी झोप काढायचा विचार करत असताना सहप्रवाशाच्या मॅक बुकवर झळकणाऱ्या भडक हॉलीवूड फोटोंमुळे तुमचं लक्ष विचलित होतं आहे. सामाजिक संदर्भात प्रत्येक जण विलग झाला आहे, स्वतःच्या आभासी परिघापर्यंतच त्यानं स्वतःला मर्यादित केलं आहे.

तुमच्या कामाच्या छोट्या खोलीशेजारच्या सहकर्मचाऱ्याशी किंवा रेल्वेतील सहप्रवाशाशी खऱ्या, जिवंत हास्याची देवाणघेवाण करणं, इंटरनेटवर अनोळखी गप्पामित्राशी स्माईली देण्याघेण्यापेक्षा केव्हाही अधिक चांगलं आहे, नाही का?

मला नेहमीच वाटत आलंय की, मुलांशी बैठे खेळ खेळण्यासाठी, त्यांना व्यंगचित्र काढायला शिकवण्यासाठी, गाण्याच्या भेंड्या खेळण्यासाठी किंवा एखाद्या शास्त्रीय प्रश्नावर त्यांच्याशी चर्चा करण्यासाठी प्रवासाच्या वेळाचा उत्तम उपयोग होऊ शकतो. एखादा स्तिमित करणारा देखावा बघण्यासाठी त्यांना बोलावणं, एखाद्या येणाऱ्या-जाणाऱ्या फेरीवाल्याशी बोलायला आणि घासाघीस करायला त्यांना मदत करणं, तुमच्या कक्षात सांडलेलं खरकटं स्वच्छ करून घेणाऱ्या लहान मुलाशी सहानुभूतीनं वागण्याचं मूल्य त्यांना समजावून सांगणं, असं बरंच काही करता येईल...!

आभासी संबंधांसाठी वास्तव जगापासून स्वतःला तोडून घेण्यापेक्षा, खऱ्याखुऱ्या जगात कितीतरी शिकण्यासारखं आणि शिकवण्यासारखं आहे.

***

नातेसंबंध

"फक्त जोडा."

– ई. एम. फॉर्स्टर

बिस्कीट मित्र

"तुम्हाला कोणीतरी द्यावं यासाठी इतरांवर अवलंबून राहण्याऐवजी,
तुम्ही कोणालातरी देऊ शकता याबद्दल देवाचे आभार माना."

- अनामिक

एका सकाळी, मी मुंबईच्या बांद्रा-कुर्ला कॉम्प्लेक्सच्या बागेत मोठा फेरफटका मारायचं ठरवलं.

त्या दिवशी बागेत एवढे लोक नव्हते. दमणूक करणाऱ्या ४५ मिनिटांच्या फेऱ्यानंतर मी थोडा वेळ विश्रांती घ्यायचं आणि चहा-कॉफी असं काही घ्यायचं ठरवलं. मला छोटी चहाची टपरी दिसली आणि माझी 'पेशल (स्पेशल)' कॉफी यायची वाट बघत असताना, साधारण चाळीशीची स्त्री एक-दोन भटक्या कुत्र्यांशी प्रेमानं बोलताना दिसली. ती थोडीशी स्थूल होती. फारशी सधन वाटत नव्हती, कदाचित एखाद्या शासकीय संस्थेत कारकून असावी. ती तीन-चार कुत्री, शेपटी हलवत तिच्याभोवती उड्या मारत होती. ती त्यांना ठेवलेल्या लाडक्या नावांनी - छोटू, राणी, जिम्मी - त्यांना हाक मारत होती.

मी तिच्याकडे बघून हसलो आणि ते तिचे बिस्कीट मित्र आहेत का असं तिला विचारलं. तिनं मान डोलावली. मग टपरीतला हरकाम्या येऊन तिला आत्ताच बेक केलेली ताजी बिस्किटं देऊन गेला. तिनं ती त्या कुत्र्यांना खाऊ घातली. तिनं बिस्किटं जमिनीवर फेकली नाहीत, तर स्वतःच्या हातानं भरवली. एका कुत्र्याला तिनं विचारलं, "तू आख्खं बिस्कीट खाशील का?" आणि कदाचित तो खाणार नाही हे ओळखून तिनं बिस्कीट अर्ध केलं आणि त्याला दिलं.

सगळ्या कुत्र्यांनी न्याहारी केली आणि त्या बाईंच्या मागे जुन्या मित्रांसारखे गेले.

ते बहुतेक तिच्या ऑफिसात गेले. कदाचित तिथे ते संध्याकाळपर्यंत वाट बघणार असतील आणि तिचं काम आटोपल्यावर ते तिला घरी जायला सोबत करणार असतील.

टपरीवाल्यानं मला सांगितलं, की हा रोजचा नित्यक्रम आहे. मला खर्चाबद्दल विचार आला. ती स्त्री कनिष्ठ मध्यम वर्गातील होती हे अगदी उघड होतं. तरीही ती अंदाजे रोज १० रुपये भटक्या कुत्र्यांवर खर्च करत होती.

मुंबई पैशानं झपाटलेली असेल, पण तिचं हृदय अगदीच योग्य ठिकाणी होतं.

माझ्या मनात मी त्या स्त्रीला दानाच्या ह्या कृतीबद्दल धन्यवाद दिले. त्यादिवशी माझी कॉफी नेहमीपेक्षा वेगळीच 'पेशल' लागली.

दुसऱ्या दिवशी सकाळी मला त्याच चहाच्या टपरीवर परत त्या बाई भेटल्या आणि मी त्यांच्याशी बोलू लागलो. मला कळलं की त्या एम.एम.आर.डी.ए (मुंबई मेट्रोपोलीटन रिजन डेव्हलपमेंट अथॉरिटी)च्या खाद्यपेय आयोजनाशी संलग्न आहेत. मला हेही जाणवलं, की मला वाटत होतं त्याच्या दुप्पट रक्कम त्या या श्वान मित्रांवर खर्च करत होत्या.

***

देण्याचे परिणाम

"झाड त्याच्या फळावरून ओळखलं जातं; माणूस त्याच्या कामावरून.
चांगलं काम कधीच वाया जात नाही; जो सभ्यता पेरतो त्याच्याकडे मैत्री उगवते
आणि जो दयाळूपणा पेरतो त्याला प्रेम मिळतं."

- सेंट बेसिल

जगातील सर्व धर्म सांगतात की, आपण गरजूंना सढळ हाताने मदत केली
पाहिजे. लौकिकदृष्ट्या 'मदत करणे' ह्या कृतीचा मानसशास्त्रातील तत्सम
शब्द कनवाळू वृत्ती आहे. सहसंवेदन आणि कनवाळू वृत्ती ह्या दोन अत्युत्कृष्ट
भावना समजल्या जातात आणि त्या आपल्यामध्ये आळीपाळीनं आनंद आणि
सकारात्मकतेला चालना देतात. पी.ई.टी आणि एम.आर.आय तपासण्यांनीही पुष्टी
दिली आहे की, कनवाळू वृत्ती निओ–कॉर्टेक्सचा डावा अर्धगोल जो आनंदी भावनांचं
जन्मस्थान आहे, तो कार्यान्वित करते.

सोप्या शब्दांत सांगायचं तर, जेव्हा तुम्ही देता, तुम्हालाही तितकाच फायदा होतो
जितका तुमची मदत घेणाऱ्या माणसाला होतो.

तुम्ही रक्तदान केल्यावर, भिकाऱ्याला चहा घेऊन दिल्यावर, आंब्याची शेवटची फोड
मित्राच्या लहान मुलीला दिल्यावर, निराश्रितांच्या संस्थेत अन्नदान केल्यावर, बेघर
लोकांना घोंगड्या घेऊन दिल्यावर, झोपडपट्टीमध्ये औषधं वाटल्यावर, भूकंपग्रस्त
भागात दैनंदिन वस्तूंचा मोठा साठा दिल्यावर तुम्हाला आनंदी वाटत नाही का?

देण्याचे परिणाम विलक्षण आहेत. स्वत:विषयी अभीष्ट आणि शांत वाटणं ह्यापेक्षा
अधिक मौल्यवान काय असू शकतं?

देत रहा.

हिंदू शास्त्रांमध्ये देण्याचे तीन प्रकार नेमून दिले आहेत: तन (शरीर), मन आणि धन (द्रव्य) – म्हणजे शारीरिक कृती, कल्पना किंवा विचार, आणि पैसा या सर्व मार्गांनी दान.

तुम्ही निवड करा आणि तुमच्या आयुष्यात बदल अनुभवा. दानाचा तुमच्या संपूर्ण स्वास्थ्यावर सखोल परिणाम होतो!

माफी मागणे

"माफी मागण्यामुळे झालेल्या गोष्टी मागे घेता नाहीत, पण त्यामुळे गोष्टी पुढे सरकतात. माफी दोन मनातील अंतर भरून काढते. माफी हा संस्कार आहे. माफी म्हणजे अर्पण करणे आहे. एक भेट आहे."

- क्रेग सिल्वे

आमचा राजू धोबी आमचे कपडे घरी येऊन घेतो आणि त्यांना इस्त्री करून एखाद दोन दिवसांत परत आणून देतो. कपडे नीट घडी केलेले आणि कडक इस्त्री केलेले असतात. त्याने नेलेल्या कपड्यांची संख्या आणि प्रत्येक कपड्याचे इस्त्री करण्याचे पैसे ह्याचा पँट, शर्ट, टी-शर्ट, जीन्स, पायजमे, कुर्ते, साड्या; परत साइजप्रमाणे वर्गवारी करून हिशोब ठेवणं हे अत्यंत किचकट काम आहे. जेव्हा धोबी कपडे परत घेऊन येतो, तेव्हा त्यांची पडताळणी करणं हे महत्प्रयासाचं काम आहे. अखेरीस, माझी बायको आता केवळ एकूण आकडा जुळवून बघण्याच्या पातळीवर आली आहे. एकत्र कुटुंबामध्ये जिथे ८ माणसांचे कपडे इस्त्रीला दिले जातात, तिथे सगळ्यात उत्तम हिशोब एवढाच होऊ शकतो!

कपड्यांची विभागणी केल्यावर, प्रत्येक माणूस त्याचे किंवा तिचे कपडे तपासून पाहतो आणि जर अनोळखी शर्ट किंवा साडी असेल, तर धोब्याला लगेच सूचना दिली जाते, 'राजू, तुम देखके कपडे लाया करो.' (राजू कपडे आणण्याआधी तपासत जा) आणि तो आनंदानं त्या खडसावण्याकडे कानाडोळा करतो आणि पुढे कामाला निघून जातो.

एके दिवशी, तीन कपडे नवीनच होते. आम्हाला वाटलं ते आमच्या मुलाचे आहेत पण त्याने सांगितले ते त्याचे नाहीत. माझ्या बायकोचा शाळेतला दिवस खूप कठीण गेला होता आणि तिने राजूला फोन केला. ती या गोंधळाबद्दल आणि त्याच्या

वाढत्या निष्काळजीपणाबद्दल त्याच्या अंगावर ओरडली. ती त्याला म्हणाली, की त्याचे हिशोब ठेवणं दिवसेंदिवस तापदायक होत चाललं आहे. ती चिडली होती आणि तिनं ते दाखवून दिलं.

ह्यानंतर लवकरच मी मुलाला विचारलं, की काही दिवसांपूर्वी आमच्याकडे राहिलेल्या त्याच्या मित्राचे ते कपडे आहेत का. माझ्या मुलानं कपड्यांचे फोटो काढले आणि त्याच्या मित्राला ओळखण्यासाठी पाठवून दिले. त्या मित्रानं उत्तर दिलं, ते कपडे खरंच त्याचे होते. मी आणि बायकोनं एकमेकांकडे बघितलं, आता हे स्पष्ट झालं होतं की कोणी निष्काळजीपणा केला होता.

माझ्या बायकोचा सर्वांत मोठा गुण म्हणजे तिच्या विचारांचा नितळपणा. तिने राजूची ह्या वेळी अन्यायकारकपणे कानउघाडणी केली होती ह्या वस्तुस्थितीमुळे ती अस्वस्थ झाली. त्या रात्री, जेवण झाल्यावर आम्ही गाडीतून फिरायला गेलो. काही क्षण शांत गेल्यानंतर, तिने तिचा मोबाईल उचलला आणि राजूला फोन केला. तिने त्याला ओरडल्याबद्दल त्याची माफी मागितली. तिनं काय झालं ते त्याला समजावून सांगितलं आणि ती स्वतःच चुकली आहे हे मान्य केलं. राजूला अजिबातच असं काही होईल ह्याची अपेक्षा नसल्यानं तो तिच्या शब्दांनी भारावून गेला. तो म्हणला, ‘‘वहिनी, तुम्ही दुसऱ्या माणसांचा फार विचार करता. तुमच्यासारखा माणूस दुसऱ्याबद्दल कधीही वाईट विचार करणार नाही. तुम्ही माफी मागण्याची गरज नाही.’’

त्या फोननंतर बायकोला हायसं वाटलं आणि ती म्हणाली, ‘‘मला डॉमिनोजमध्ये घेऊन चल. मी राजूला काय बोलले ह्या विचारानं मला अपराधी वाटत होतं, त्यामुळे मी रात्री जवळपास काहीच जेवले नाहीये.’’

माझ्यासाठी तो एक नवीन धडा होता. जेव्हा तुम्ही चूक कराल, तेव्हा ती कधीही लपवू नका. स्वतःवर एक कृपा करा – जबाबदारी घ्या आणि माफी मागा.

***

शबरी

"मंदिरांची गरज नाही; गुंतागुंतीच्या तत्त्वज्ञानाची गरज नाही. आपला स्वतःचा मेंदू, आपलं हृदय हेच आपलं मंदिर आहे; दयाभाव हेच तत्त्वज्ञान आहे."

- दलाई लामा

"दयेच्या सोनेरी साखळीनं समाज एकत्र बांधला गेला आहे."

- गोयथं

"लोकांना त्यांच्या योग्यतेपेक्षा जास्त देणं हा दयेचा भाग आहे."

- जोसेफ जोऊबर्ट

रामायण ह्या उत्तुंग महाकाव्याबद्दल आपण सर्वांनीच ऐकलं आहे. आपल्यापैकी अनेकांनी ते कोणत्या ना कोणत्या स्वरूपात वाचलं आहे, किंवा त्याचं टी.व्ही. रूपांतरण बघितलं आहे. त्यात एक गोष्ट आहे जी परानुभूतीचं फार सुंदर उदाहरण आहे.

प्रभू रामचंद्र त्यांच्या चौदा वर्षांच्या वनवासामध्ये, शबरी नावाच्या एका वृद्ध स्त्रीच्या आश्रमापाशी आले. ती त्यांची वाट बघत होती आणि त्यांच्या भेटीत देण्यासाठी तिने कुंडाभर बोरं ठेवली होती. श्रीरामांची खूप मोठी भक्त असल्यानं तिला त्यांना सर्वांत चविष्ट आणि गोड फळं द्यायची होती, म्हणून तिनं प्रत्येक बोर देण्याआधी चाखून बघितलं होतं. रामाच्या काही सहकाऱ्यांनी आक्षेप घेतला आणि शबरीनं उष्टी केलेली बोरं न खाण्याचा सल्ला दिला. 'अशी कशी यजमान आहेस तू?' असंही ते शबरीला म्हणाले. पण श्रीरामानं त्यांच्याकडे दुर्लक्ष केलं आणि शबरीनं दिलेली सर्व बोरं त्यांनी चवीनं खाल्ली आणि तिच्या आंतरिक काळजीचा आणि निष्ठेचा आदर केला.

ही खरी परानुभूती आहे- दुसऱ्याच्या भावनांचा आदर करणं आणि कृतज्ञतेच्या आणि काळजीच्या त्या निस्सीम कृतीला तितकाच अस्सल प्रतिसाद देणं. असे करून, तुम्ही म्हणत असता, धन्यवाद. तुमच्या भावना मी अनुभवतो.

यासाठी नम्रता, उच्च संवेदनशीलता आणि खरेपणाची गरज असते. म्हणूनच परानुभूती अंगीकारणं खूप अवघड आहे. आपण सहसा परानुभूती तेव्हा दाखवतो, जेव्हा ते सोयीचं असतं आणि तरीसुद्धा ती सहानुभूती असेल, जेव्हा तुम्ही दुसऱ्याच्या जगात जगणं सुरू करता पण त्याच्यापर्यंत पोहोचून, काही बदल घडवून आणू शकत नाही. परानुभूती ही वेगळी गोष्ट आहे.

मी समजावून सांगतो. सहानुभूती म्हणजे आयुष्यभर दुसऱ्याच्या भूमिकेत जाऊन विचार करणं - त्यामुळे तुमचे आणि त्याचे अनुभव सारखे होतात, तुम्ही आणि तो एकाच जगात आहात असं वाटतं, (कारण तुम्ही त्याच्याच भूमिकेत जाऊन विचार करता). पण हा पांगळेपणा होतो - तुम्ही त्याची वेदना वाटून घेऊ शकता पण तुम्ही मदत नाही करू शकत. दुसरीकडे, परानुभूती, म्हणजे थोडा वेळ तुम्ही त्याच्या भूमिकेत जाऊन, त्याची वेदना वाटून आणि समजून घेता. मग त्या भूमिकेतून बाहेर येऊन तुम्ही त्याच्यासाठी काहीतरी करता.

आपल्याकरता आव्हान हे असतं की, त्याच्या भूमिकेत गेल्यावर जाणवलेली वेदना आपण आपल्या भूमिकेत परत आल्यावरही जाणवली पाहिजे. ह्याला सरावाची गरज असते, पण ते कष्ट खरोखर कारणी लागतात. परानुभूती, आपल्या बांधवांचं, सर्व सजीवांचं आयुष्य अधिक चांगलं करते आणि म्हणूनच तिच्यामुळे आपलं स्वत:चं आयुष्य सुधारते- आपले घर, आपला व्यवसाय, आपला समाजही!

✳✳✳

अनास्था

'प्रेमाच्या विरुद्धार्थी भावना तिरस्कार नाही, तर अनास्था आहे.'

किती जबरदस्त वाक्प्रचार आहे हा! आणि किती खरा!

व्यावसायिक संघटना, सामाजिक वर्तुळं आणि कुटुंबं, सगळीकडेच लोकांना अनास्थेमुळे वाटणारी वेदना सर्वव्यापी आहे.

तुम्ही ज्या माणसाची कदर करता किंवा ज्याला मान देता तो माणूस जर भावशून्य नजरेनं निघून गेला, त्यानं एकही शब्द किंवा अभिव्यक्ती दर्शविली नाही जणू काही त्याच्या लेखी तुमचं काही महत्त्वच नाही, अशा क्षणांचा केवळ विचार करून बघा.

कदाचित ते तुमचे शिक्षक असतील ज्यांचा तुम्ही अतिशय आदर करत होतात, पण तुमच्या काही कुचेष्टेमुळे किंवा दुसरे कोणीतरी त्यांचे लाडके विद्यार्थी होते म्हणून त्यांनी तुम्हाला किंमत देणं बंद केलं. किंवा तुमची आई, जिच्या अंगाईगीताशिवाय तुम्हाला झोप येत नसे पण तुम्ही चॉकलेट खाण्यासाठी २ रुपयाचं नाणं चोरलंत म्हणून ती तुमच्यासाठी अंगाई म्हणायला तयार होत नव्हती. किंवा तुमचे वडील ज्यांनी तुम्हाला कोपऱ्यावर सिगरेट ओढताना बघितलं त्यामुळे त्यांना तुम्ही फसवलंत असं त्यांना वाटलं म्हणून ते तुमच्याशी बोलायला तयार नव्हते. किंवा तुमची बायको असेल, जी मुलांपैकी एकाच्या वाढदिवसाला तुम्ही ऑफिसच्या सेल्स टूरमुळे अनुपस्थित असल्यामुळे, दुखावली गेली... तुमची इच्छा असते त्या सर्वांनी तुमच्यावर चिडावं कारण ज्या प्रकारे अबोल्यानं ते तुमच्यापासून तोंड फिरवतात ते असह्य असतं.

किंवा त्या सहकर्मचाऱ्याचा विचार करा ज्याला पाठीत सुरा खुपसल्यासारखं वाटलं, जेव्हा त्याच्याऐवजी तुम्हाला बढती मिळाली... तुमची अपेक्षा होती, की त्याने

तुमचा तिरस्कार करावा. पण त्याने केला नाही. त्याला असं वाटलंच नाही की, तुम्ही तिरस्कार करण्याइतकेही मौल्यवान आहात! त्याला जे वाटलं ती अनास्था होती आणि ती तुम्हाला सहन झाली नाही. खरं पाहता, तिरस्कारामध्ये, माणसाला तुमच्याबद्दल प्रबळ भावना असतात, ज्या असं म्हणतात, 'तू मला दुखावले आहेस, माझी निराशा केली आहेस.' ती वेदना असते की, आपण कोणावर प्रेम किंवा विश्वास ठेवला आणि त्याने मात्र आपल्यावर प्रेम आणि विश्वास ठेवला नाही ह्याची. त्या वेदनेचं आणि अवहेलनेचं तिरस्कारामध्ये रूपांतर होतं. म्हणून जेव्हा कोणी तुमचा तिरस्कार करतं, तेव्हा तुम्हाला माहीत असतं की, त्याच्या लेखी तुमची काहीतरी किंमत होती आणि अजूनही तुमचं काहीतरी स्थान त्याच्या मनात आहे. पण अनास्था हा भावनिक नात्याचा संपूर्ण अभाव आहे. माणसांचं व्यावहारिक गोष्टींशीही भावनिक नातं असतं आणि अनास्थेच्या बाबतीत, ज्या माणसावर तुम्ही अन्याय केला आहे, त्याला तुमची व्यावहारिकदृष्ट्याही किंमत वाटत नाही. किंवा ज्या माणसावर तुम्ही प्रेम करता आणि ज्याचा आदर करता, त्याला तुम्ही आवडत नाही किंवा तो तुमचा आदर करत नाही.

ह्या गोष्टी समजून घ्या. त्यानंतर तुमच्या नात्यांमध्ये जेव्हा तुम्ही काय गमावता ते तुम्हाला अधिक चांगले समजून घेता येईल. एखाद्या माणसाबद्दल तिरस्कार किंवा क्रियाशील नावड हे त्याची सामाजिक किंमत अस्तंगत होण्याचं कारण नसतं, तर त्याला दाखवलेली अनास्था हे त्याची पत कमी होण्याचं कारण आहे.

आणि आपण सगळे अजूनही समाजात राहणारे प्राणी आहोत.

***

विश्वास

"तुम्ही अतिविश्वास ठेवालात, तर कदाचित तुमची फसवणूक होऊ शकते; पण तुम्ही पुरेसा विश्वास नाही ठेवलात, तर तुम्ही क्लेश होत जगाल."

- फ्रँक क्रेन

"अविश्वास ही मंदगतीनं होणारी आत्महत्या आहे."

- राल्फ वाल्डो इमर्सन

मी नुकताच महाराष्ट्रातील एका रोटरी क्लबसाठीचा कार्यक्रम संपवला होता. माझा टॅक्सी चालक तातडीच्या कामामुळे निघून गेला होता आणि मला दुसऱ्या दिवशी सकाळी ५च्या एस.टी.नं निघायचं होतं. माझा पुतण्या अमितनं मला बस डेपोपाशी सोडलं. मी खिडकीजवळच्या सीटवर बसलो आणि बस सुरू होण्याची वाट बघत होतो.

बाहेर बघताना, मला एक रिक्षा येताना दिसली. ती आमच्या बसच्या जवळ आली आणि अचानक थांबली. रिक्षाचालकानं बाहेर उडी मारली आणि जवळच्या खेडेगावात वितरित करण्याचे वर्तमानपत्रांचे गठ्ठे रिक्षातून बाहेर काढले. बस ते गठ्ठे नेऊन पोहोचवणार होती. साधारण वीस एक गठ्ठे ठेवून रिक्षा डेपोबाहेर निघून गेली.

कोणतंही वितरणाचं चलन नाही, कोणतीही अधिकृत निश्चिती नाही, तपासणी नाही, तोंडी खात्री नाही. तो पूर्ण व्यवहार निव्वळ विश्वासाच्या आधारावर झाला होता! दररोज तो रिक्षाचालक हे गठ्ठे आणून देत होता आणि ते पोचवले जातील ह्याची त्याला खात्री होती. त्यासाठी काही करार, नोंद, हमी नव्हती.

यावर विचार करा आणि तुम्हाला प्रत्येक मानवी उपक्रमाचा किंबहुना जगण्याच्या क्रियेचाच पाया 'विश्वास' आहे हे दिसेल.

आपण उद्या जिवंत असणार आहोत हा आपला विश्वास असतो म्हणून रात्री आपण ईश्वराला, उद्याचा दिवस संपन्न जावो अशी प्रार्थना करतो.

आपण वेळेवर उठण्यासाठी गजराच्या घड्याळावर आणि मोबाईल फोनवर विश्वास ठेवतो.

आपला धोब्यावर विश्वास असतो आणि आपण इस्त्री करून आल्याआल्या बटणे किंवा चेन तपासून न बघता सूट घेऊन जातो. अगदी परगावी असलेल्या व्यावसायिक भेटीसाठी आपण जात असलो तरीसुद्धा!

आपण गीझरवर विश्वास ठेवतो की, तो लावल्यावर २० मिनिटाने आपल्याला अंघोळीसाठी छान गरम पाणी देईल.

आपण विश्वास ठेवतो की, आपली चारचाकी आपल्याला कामाच्या ठिकाणी घेऊन जाईल.

आपण आपल्या डिजिटल उपकरणांवर, ब्लॅकबेरी आणि लॅपटॉपवर त्यांच्या मेमरीच्या आधारासाठी विश्वास ठेवतो.

आपल्याला परिषदेमध्ये सादर करायच्या प्रस्तुती आशयासाठी आपल्या मदतनिसांनी दिलेल्या रिपोर्टवर आपला विश्वास असतो.

एका महत्त्वाच्या ग्राहकभेटीसाठी जेव्हा आपण निघालेलो असतो, तेव्हा ज्या रेल्वेने किंवा उड्डाणानं आपण निघतो त्यांच्यावर आपला विश्वास असतो की, ते वेळेत आपल्याला इच्छित स्थळी पोहोचवतील.

दररोज सकाळी आणि संध्याकाळी आपण रेल्वेगाड्या आणि रहदारीवर विश्वास ठेवतो.

आपला जेवणाचा डबा वेळेवर पोहोचवण्यासाठी आपण डबेवाल्यांवर विश्वास ठेवतो.

आपण ज्यांना देणग्या देतो, त्या सामाजिक संस्थांवर आपला विश्वास असतो.

वेळेवर कामं करणे आणि हजारो मैल दूर असलेल्या आपल्या वडिलधाऱ्यांसाठी पैसे जमा करणे ह्यासाठी आपण आपल्या बँकेवर विश्वास ठेवतो.

आपण आपले लॅपटॉप, ए.टी.एम, पेसमेकर आणि अजून शेकडो यंत्रं आणि उपकरणांवर विश्वास ठेवतो.

पेट्रोल मीटर जेव्हा 'रिझर्व' दाखवतो, तेव्हा त्याच्यावर विश्वास ठेवून आपण निवांत ३० किमी दूर असलेल्या पंपापर्यंत गाडी घेऊन जातो.

आपण रस्त्यावरच्या फेरीवाल्यावर विश्वास ठेवून, आरोग्याच्या संभाव्य धोक्यांचा विचार न करता त्याची पाणी-पुरी मजेत खातो.

ही यादी अशीच पुढे पुढे जात राहील....

कोण म्हणतं आपण माणसं विश्वासार्ह नाही आहोत ?

***

तडकाफडकी निष्कर्ष

"काय चूक आणि काय बरोबर, हे ठरवण्याचा अधिकार लोकांना दिलेला नाही. लोकांना काय चूक आणि काय बरोबर वाटतं, ह्याबाबत त्यांनी कायम चुका केल्या आहेत आणि करत राहतील. ह्यापेक्षा अधिक चुकीचं ते इतर कोणत्याही बाबतीत नसतील."

- लिओ टॉलस्टॉय

मे २००४ साली मी मित्रमैत्रिणींबरोबर आणि माझ्या कुटुंबाबरोबर काश्मीरला जाऊन आलो. आम्हाला खूप मजा आली. पण त्या सहलीतला जो प्रसंग मला ठळकपणे आठवतो, त्याचा काश्मीर खोऱ्याच्या नैसर्गिक सौंदर्याशी काहीही संबंध नाही.

सहलीत एका क्षणी, पर्वतरांगांच्या बाजूनं चालत असताना माझ्या मुलाचा पाय घसरला आणि तो चिखलाच्या डबक्यात पडला. त्याचं जॅकेट खराब झालं आणि ते धुवायची गरज होती. तिथेच पुढे एक लहान खेडं होतं. १५ घरांपेक्षा जास्त घरं नसावीत तिथे. एका छोट्या धबधब्याच्या जवळ, आम्हाला एक छोटी मुलगी दिसली. ती खूप गरीब वाटत होती. तिला नाव विचारल्यावर, तिने 'सना' असं सांगितलं. माझ्या बायकोनं तिला विचारलं, ती आमच्या मुलाचे जॅकेट धुवून उन्हात वाळवेल का, आम्ही काही तासांनी चंदनवाडीहून परत येताना ते तिच्याकडून घेऊ आणि तिला पैसे देऊ. चंदनवाडीला बर्फामध्ये मजा करण्यासाठी आम्ही जात होतो. साना 'हो' म्हणाली आणि आम्ही पुढे गेलो.

जेव्हा आम्ही चंदनवाडीहून परत आलो आणि कार थांबवून त्या मुलीला शोधायचा प्रयत्न केला, तेव्हा आम्हाला आजूबाजूला कोणीच दिसेना.

आम्ही हाका मारण्याचा प्रयत्न केला पण कोणीच उत्तर देईना. आम्ही अस्वस्थ झालो आणि आमच्या मुलाला वाटलं त्याचं जॅकेट गेलं. तो रडायला लागला. आम्हालाही तसंच वाटलं आणि आम्ही जॅकेटच्या संदर्भात त्या मुलीवर मुर्खासारखा विश्वास ठेवल्याबद्दल कुजबुजू लागलो. महागडं जॅकेट कोण का परत करेल? आम्ही गरिबांच्या वृत्तीला दोष दिला आणि त्यांच्यावर सहज चोरी करण्याचे आरोप केले. आम्ही आमच्या टॅक्सी चालकाला - जो त्याच भागात राहणारा होता - त्यालाही आम्हाला त्या भागातील लोकांबद्दल काय वाटतं हे सांगितलं.

आम्ही हॉटेलवर परत यायला निघालो. साधारण २ कि.मी. गेल्यावर, कारचालकानं गाडी अचानक थांबवली. त्यानं कोणाला तरी आमच्या कारच्या मागे पळत येताना मागच्या आरशात बघितले.

एक-दोन मिनिटांत सना आमच्यापर्यंत पोहोचली. तिला दम लागला होता, घाम निथळत होता आणि बोलताही येत नव्हतं. कसेतरी ती म्हणाली, ''बिविजी, आपका कोट!'' (मॅडम, तुमचा कोट!)

मग तिनं खुलासा केला की, जॅकेट जाड होतं आणि ऊन नव्हतं. म्हणून ते जॅकेट घेऊन वाळवण्यासाठी ती डोंगराच्या माथ्यावर जाऊन ३ तास बसून राहिली. आजूबाजूला चरणाऱ्या मेंढ्या आणि बकऱ्यांपासून ती जॅकेट वाचवत राहिली.

काही क्षणांपूर्वी आम्ही व्यक्त केलेल्या सर्व मतप्रदर्शनाबद्दल आणि संवेदनाशून्य विचारांबद्दल आम्हाला स्वतःची अत्यंत लाज वाटली. आम्ही सनाचे आभार मानले आणि प्रथम तिला काही बिस्किटं आणि पाणी दिले.

चालकाला आता खूप अभिमान वाटत होता. आम्ही टॅक्सीत बसत असताना तो हसला. माझ्या मुलासकट प्रत्येक जण, महत्त्वाचा धडा शिकला होता. तुमचं मत, विशेषतः नवीन लोकांविषयी, थोडं उशिरा ठरवा.

***

मनुष्यबळ योग्य तऱ्हेने वापरा!

"उत्कृष्ट माणसं तयार करा, बाकी सगळं आपोआप घडून येईल."

- वॉल्ट व्हीटमन

काल मी सुपर मार्केटच्या किरकोळ विभागाच्या कर्मचारी वर्गासाठीच्या प्रशिक्षण कार्यक्रमाबद्दल बोलत होतो. त्याचं व्यवस्थापन माझा मित्र नितीन रेदासानी करत होता. आमच्या बोलण्याच्या ओघात, नितीननं एक रंजक निरीक्षण नोंदवलं. तो म्हणाला, "सतीश, मला हा वाक्प्रचार आवडतो: लोक निरुपयोगी नसतात. त्यांचा कमी उपयोग केला जातो!"

हे शब्द लोकांच्या न वापरल्या जाणाऱ्या क्षमतांचं खरंखुरं शब्दचित्र आहे. शब्दशः अर्थ सोडून द्या, आपण 'वापरणे' हे माणसांना वापरून घेणं आणि नंतर त्यांना विसरून जाणं ह्या अर्थी वापरत नाही आहोत. आपण हा विश्वास ठेवण्याबद्दल बोलतो आहोत की, आपल्यापैकी प्रत्येक जण उत्तम कामगिरी करू शकतो, संघटनेमधील प्रत्येकाकडे नेतृत्व करण्याची आणि तिचे किंवा त्याचे सर्वोत्तम देण्याची अतुलनीय क्षमता आहे, ज्यायोगे तो किंवा ती स्वतःला आणि संघटनेला उच्च पातळीवर नेऊ शकते.

किती वेळा तुम्ही तुमच्या सहकाऱ्यांना त्यांच्या कामात चुका करू देता?

माझा ठाम विश्वास आहे की, लोक तेव्हाच चुका करतील जेव्हा ते काम करतील. जर तुम्ही त्यांना चुकांबद्दल जाब विचारलात, त्यांची कानउघाडणी केलीत, त्यांचे मनोधैर्य खच्ची करत राहिलात, तर तुम्ही बहुधा त्यांचा उद्योजक गुणधर्मच मारून टाकत आहात. त्यानंतर ते चुकण्याच्या भीतीनं, कधीच न केलेल्या गोष्टी करण्याचा किंवा अज्ञात गोष्टी शोधण्याचा प्रयत्नच करणार नाहीत. मग सर्जनशील प्रगती कशी होणार?

जेव्हा तुम्हाला एखादा माणूस चूक करताना दिसतो, तेव्हा त्याची परिणती तुम्ही ते काम स्वत: हाती घेण्यात व चुका सुधारण्यात होते? की तुम्ही त्या माणसाला संबंधित ज्ञान आणि कौशल्य देऊन सबळ करता ज्यामुळे ती चूक भविष्यात पुन्हा घडणार नाही?

कोणत्याही गोष्टीची जबाबदारी असलेले बहुतांश लोक, अशा प्रकारच्या परिस्थितीत, फक्त 'गोष्टी हातात' घेतील आणि यशस्वीरीत्या काम पूर्णत्वाला नेल्याचं प्रदर्शन करतील. खरं पाहता, यात कोणतंही यश नाही. या मॅनेजरनं आत्ताच त्याच्या एका कर्मचाऱ्याची कामगिरी करण्याची इच्छाशक्ती मारून टाकली आहे आणि फक्त एक अनुयायी तयार केला आहे जो स्वत:चं हृदय आणि मन भविष्यात कधीही वापरणार नाही.

तुम्ही दुय्यम कर्मचाऱ्यांवर देखरेख करून असं म्हणू शकत नाही त्यांनी कामगिरी केली नाही – कारण त्यांचे प्रयत्न, त्यांच्या कृती चुकीच्या होत्या. तुम्ही, एक पर्यवेक्षक म्हणून, अंतिम उत्पादनाला जबाबदार आहात. चूक तुमच्यात आहे कारण प्रक्रिया आणि पद्धत तुमची आहे.

तुम्ही ज्यांचं व्यवस्थापन करत आहात, त्यांची प्रगती व्हायलाच हवी असेल, तर तुम्ही त्यांना सबलीकरणाचे पंख दिले पाहिजेत.

तुमचा लोकांवर विश्वास असला पाहिजे की तुम्ही त्यांच्या क्षमता आणखी 'वापरू' शकता. लोकांमधून लीडर्स निर्माण करण्याचा हा एकमेव मार्ग आहे.

***

आईचे वय

''पालकत्व: तुमची लग्नाआधी घेतली जात होती त्यापेक्षा जास्त काळजी घेतली जाते ती अवस्था.''

- मार्सिलीन कॉक्स

'रिग्रेशन अँड पास्ट लाइव्हज' या विषयावर आधारित डॉ. न्यूटन कोंडावेत्ती ह्यांच्या कार्यक्रमात मी सहभागी झालेलो असताना, मला काही शिबिरार्थींनी एकमेकांना सांगितलेले अंतर्ज्ञानाचे साक्षात्कार आणि काही अनुभव ऐकण्याची संधी मिळाली.

एका सहभागी महिलेनं तिच्या आणि तिच्या १० वर्षांच्या मुलीच्या नात्याबद्दल साधं पण खूप सखोल विधान केलं. जेव्हा ती तिच्या मुलीशी संवाद साधताना किंवा तिला समजून घेताना चुकत असे, तेव्हा ती स्त्री मुलीची माफी मागत असे आणि म्हणत असे, 'मी अपेक्षा करते, तुला समजलंय की मी चुकले आहे. मी देखील, फक्त १० वर्षांची आई आहे.' यामुळे त्या दोघींना एकमेकांबरोबर खूप निवांत वाटायचं आणि आई-लेकीच्या नात्यामध्ये संपूर्ण नवीन आणि खास पैलूचा अंतर्भाव झाला होता.

पालक म्हणून, आपण आपल्या थोरल्या मुलाइतक्याच वयाचे नाही आहोत का? खरं पाहता, प्रत्येक मूल अद्वितीय असल्यानं, आपण, मोकळेपणानं म्हणायचं झालं तर, फक्त आपल्या प्रत्येक मुलाच्या वयाइतक्याच वयाचे पालक आहोत.

यामुळे 'वेगळी माणसं, वेगळे प्रकार' ह्या अभिव्यक्तीला संपूर्ण नवा अर्थ मिळतो.

एकदा आपण ही वस्तुस्थिती स्वीकारली, की आपण आपली 'ज्येष्ठता' आणि 'अनुभवी' असल्याचा आपला कैफ बिनशर्त शरणागतीने पत्करू शकतो. यामुळे

आपल्यात फक्त पालक म्हणून नव्हे तर शिक्षक, व्यवस्थापक, नेता, सहकर्मचारी, बायको किंवा नवरा, मित्र.... सामाजिक घटक म्हणून आमूलाग्र बदल घडून येतो.

***

संस्कार

'लहान मुलाचं आयुष्य हे कागदाच्या तुकड्याप्रमाणे असतं
ज्यावर प्रत्येक जाणा-येणारा खूण ठेवून जातो.'

- चिनी म्हण

'मुलांना पैशाची किंमत शिकवण्याची सोपी पद्धत म्हणजे
त्यांच्याकडून पैसे उसने घेणे.'

- अनामिक

माझ्या शहरातील एच.डी.एफ.सी चौक, ज्याला आधी डी.एस.पी बंगलो स्क्वेअर म्हणायचे, त्याचं नाव बदलून आता 'काव्य रत्नावली चौक' असं करण्यात आलं आहे. हा बदल भारताच्या पूर्वीच्या राष्ट्रपती माननीय प्रतिभाताई पाटील आमच्या शहरात भेटीसाठी आल्या होत्या, तेव्हा करण्यात आला.

त्यांच्या भेटीच्या मेहेरबानीमुळे, आमच्या शहराला हे ठिकाण मिळालं. हा चौक, जिथं लोक संध्याकाळी वेळ घालवायला येतात, त्यांच्या कुटुंबाबरोबर आणि मित्रमैत्रिणींबरोबर गप्पा मारायला किंवा निवांत बसायला येतात. ही माझी आणि माझ्या बायकोचीही नेहमीची आणि आवडती जागा आहे. आम्ही आमच्या मित्रमैत्रिणींना इथे भेटतो, गप्पा मारतो आणि थोडेफार हास्यविनोद होतात.

काल, आम्हाला फुलांच्या ताटव्याजवळ मोकळा बाक मिळाला आणि आम्ही आमचे स्नेही रत्नेश आणि स्मिता यांच्याबरोबर गप्पा मारत बसलो. आमच्या शेजारी एक जोडपं बसलं होतं. त्यांना तीन मुलं होती, एक मुलगा आणि दोन मुली. त्यांची वयं अनुक्रमे १०, ७ आणि ४ वर्षे होती.

रस्त्याच्या बाजूला एक कुत्रा शांतपणे विश्रांती घेत होता. त्या लहान मुलाकडे कुत्र्याला खायला घालायला ब्रेडचा तुकडा होता. त्यानं तो कुत्र्याच्या दिशेनं जणू आपण शस्त्र फेकावं तसा भिरकावला. ते अगदी असह्य वाटलं. अशा देहबोलीनं, कोणालाही जेवायला वाढणं, मग तो कुत्रा का असेना, खूप असभ्यपणाचं आहे. तो मुलगा त्याच्या बहिणींचेसुद्धा पाय आणि केस ओढत होता.

माझ्या घरी कुत्रा आहे. जरी चुकीनं किंवा अनावधानानं मी त्याच्यासमोर बिस्कीट फेकलं, तरी माझी ९ वर्षांची मुलगी सिद्धी येते आणि मला ओरडते, बिस्किटाचे तुकडे उचलते आणि त्याला आदरानं आणि प्रेमानं भरवते. यासाठी घरातील पालकांच्या वर्तनावर थोडं चिंतन व्हायला हवं आहे. यात काहीच नवल नाही की, आमच्या शेजारी बसलेल्या त्या जोडप्यातील संभाषण विचित्र आणि तणावपूर्ण दिसलं. ते क्वचितच एकमेकांशी बोलत होते आणि कधीतरी जेव्हा तो नवरा बोलत होता, तो बायकोवर जवळजवळ गुरगुरत होता, जी त्याचा विरोध आणि अपमान कोणतेही भाव चेहऱ्यावर न आणता सहन करत होती.

त्यांचा मुलगा तेच आक्रमक वर्तन कुत्र्याला अपमानितरीत्या खायला घालताना आणि त्याच्या धाकट्या बहिणींशी वागताना दादागिरी करताना दाखवत होता.

पालकांनी त्यांची वैयक्तिक संभाषणं जाणीवपूर्वक तपासून पाहिली पाहिजेत. नाहीतर ते स्वतःच्या भविष्यासाठी संकटे उभी करत आहेत. ते नंतर तक्रार करतील, की त्यांची मुलं उद्दाम आणि बेपर्वा आहेत. त्यांच्या स्वतःच्याच कृती त्यांच्या अंगलट येण्याचं, हे अगदी साधं उदाहरण असेल.

मुलांना त्यांच्या पालकांचं अनुकरण करायला आवडतं. त्यांचे पालक त्यांचे आदर्श असतात.

तुम्ही तुमच्या मुलाचा आरसा आहात, हे कधीही विसरू नका.

***

आयुष्याचा जोडीदार

"आपण जन्मभरासाठी जोडले गेले आहोत असं वाटणं याहून दोन मानवी आत्म्यांसाठी मोठी गोष्ट कोणती असेल? एकमेकांना सर्व कष्टांत खंबीर बनवणं, सर्व दु:खांमध्ये एकमेकांचा आधार होणं, सर्व वेदनांमध्ये एकमेकांची शुश्रूषा करणं, शेवटच्या क्षणी ताटातूट होताना शांत अबोल आठवणींनी एकमेकांशी एकरूप होणं."

- जॉर्ज एलिअट

२३ नोव्हेंबर १९९१ या दिवशी माझा माझ्या वाग्दत्त वधूशी मितूशी वाङनिश्चय झाला. प्रत्येकानं मला सांगितलं की, हा लग्नाआधीचा काळ माझ्या आयुष्यातील सर्वोत्तम काळापैकी एक असेल आणि मी तो कधीही विसरू शकणार नाही.

मला आश्चर्य वाटू लागलं की मुळात मी लग्न करतोच का आहे? मी माझ्या मित्रांशी, ज्येष्ठांशी आणि नातेवाईकांशी बोललो. उत्तरं वेगवेगळी होती आणि ती सगळीच उत्तरं समाधानकारक होती. ती खालीलप्रमाणे होती:

- मुलंबाळं
- सामाजिक रूढी
- शारीरिक गरज
- कारण सगळेजण करतात
- वरील सर्व कारणं!

जरी मी माझ्या भावी पत्नीबरोबरच्या नात्यात आनंद निर्माण करण्यासाठी नवनवीन मार्ग शोधण्यात आनंदी होतो, तरी मला लग्न करण्याच्या ह्या कारणांची खात्री पटली नव्हती. माझ्यासाठी आत्मिक सहचर म्हणजे काय हे इतक्या लवकर समजणं अवघड होतं.

मग एक दिवस कामानिमित्त एका शहरातून दुसऱ्या शहरात जाताना, मी एका सहप्रवाशाशी बोलू लागलो. तो साधारण ४५ वर्षांचा होता. आमच्या गप्पांच्या ओघात मी त्याला तो प्रश्न विचारला जो माझ्या मनात घोळत होता: ''आपण लग्न का करतो?''

त्यानं मला दिलेले उत्तर, आत्तापर्यंत मला मिळालेल्या उत्तरांपेक्षा सर्वांत अधिक पटण्यालायक होतं. तो म्हणाला, 'तुमच्या पन्नाशीनंतरच्या उतरवलेल्या विम्यासाठी तुम्ही आधी भरलेला तो विम्याचा हप्ता असतो.'

आपल्यापैकी कोणीही एकानं लग्नाच्या नात्यामध्ये भर घातलेली प्रत्येक गोष्ट आपले बंध बळकट करण्यास मदत करते. रात्री उशिरा केलेले युक्तिवाद, जेवणानंतर पान खाण्यासाठी मारलेली चक्कर, मॉलमध्ये केलेलं विंडो शॉपिंग, सिनेमाचे पहिल्या दिवशीचे शो, काही अंतरावर बसून एकत्र ट्रेन जाताना बघणं, घरातील पाहुण्यांसाठी सकाळी लवकर उठणं, इ. इ. लग्नानंतरच्या पहिल्या काही वर्षात जेव्हा मी फक्त शनिवार रविवारीच घरी असणारा नवरा होतो, तेव्हाची तिची खिन्नता, तिच्यापर्यंत पोचायला माझे अनेक तास बसनं प्रवास करणं - ह्या सगळ्यामुळे आमचं नातं समृद्ध झालं आहे. स्वर्गीय बंध हे या सगळ्यांनी आणि आणखी पुष्कळ गोष्टींनी कळत नकळतपणे निर्माण झालेले असतात.

खरं सांगायचं झालं तर, मला गेली २१ वर्षं हा हप्ता भरणं खूप आवडलं आहे आणि आज माझ्या चाळीशीत, मी म्हणू शकतो, 'हे ईश्वरी नातं जोपासताना, तुम्हाला गुंतवणुकीवरील परताव्याची गरजही वाटत नाही.'

धन्यवाद, मितू!

***

प्रेमात उभारी घ्या!

''जास्त प्रेम करण्याशिवाय, प्रेमावर कोणताही इलाज नाही.''

- हेन्री डेविड थोरो

कोणीही प्रेमात 'पडू' कसं शकतं?

प्रेम ती गोष्ट नाही का, ज्या भावनेमध्ये तुम्ही स्वतः करुणेच्या आणि परानुभूतीच्या अधिक उंच पातळीवर पोहोचता?

कितीतरी लोक असे आहेत की जे नात्यामध्ये, भौतिक किंवा अल्पजीवी फायद्यांमध्येच अडकलेले असतात. ही पहिली अवस्था असू शकते. अखेरीस मात्र, तुम्ही हे अल्पकालीन फायदे काहीतरी चिरंतन गोष्टीत रूपांतरीत केले पाहिजेत. या नात्यानं काहीतरी देत राहण्याच्या सर्वोच्च आनंदाचा वचनबद्ध शोध घेतला पाहिजे.

जर तसा शोध घेतला नाही, तर तुम्ही तुमचं नातं तकलादू पायावर उभारत आहात. मग तुम्ही खरोखरीच प्रेमात 'उभारी' घेण्याऐवजी प्रेमात 'पडाल'.

प्रेम ही अशी पवित्र भावना आहे, ज्यामुळे आपण अधिकाधिक उत्कर्ष करतो.

खूपदा आपण चुकून आसक्ती किंवा वासनेला प्रेम समजतो. पण, अशा वेळी प्रेमात उत्कर्ष होणं घडणारच नाही.

तुम्ही स्वतःला आणि इतरांना प्रेमात उभारी घ्यायला कशी मदत कराल?

जेव्हा तुम्हाला कळेल प्रेम म्हणजे कोणत्याही फायद्याची अपेक्षा न ठेवता केवळ देणं आहे, तेव्हा तुम्ही हे करू शकाल.

तुम्हाला तुमचा वेळ द्यावा लागेल आणि खरंच संवाद साधायला शिकावं लागेल.

तुम्हाला कान देऊन ऐकावं लागेल.

तुम्हाला तुमचं मन अर्पण करावं लागेल आणि अत्यानंद अनुभवता येईल.

तुम्हाला तुमचा अहंकार त्यागावा लागेल आणि बंध जुळतील.

तुम्हाला तुमचा तर्क सोडवा लागेल आणि संवेदनशीलता जागवावी लागेल.

तुम्हाला तुमची आसवं पुसावी लागतील आणि हसू शोधावं लागेल.

तुम्हाला तुमचे आनंद त्यागावे लागतील आणि दुःख कवटाळावं लागेल.

तुम्हाला तुमची दुःखं दूर सारावी लागतील आणि आनंद संपन्न करावे लागतील...

आणि जादुई गोष्ट ही आहे की जेव्हा तुम्ही निरपेक्षपणे देता, तेव्हा तुम्हाला खूप काही परत मिळतं.

प्रयत्न करा. तुम्ही प्रेमात अधिक उंच उभारी घ्याल!

✳✳✳

समारोप

"आयुष्य खरंच साधंसहज आहे, लोक उगाच त्याला
गुंतागुंतीचं करण्याचा आग्रह धरतात."

- कन्फुशिअस

आयुष्यातील काही सर्वोच्च सत्यं नव्यानं उमगण्यासाठी तुम्हाला काही वृद्ध होण्याची गरज नाही. जर तुम्ही निरीक्षण करत असाल आणि तुमच्या आंतरिक जीवनाला आणि तुमच्याभोवती उलगडत जाणाऱ्या आयुष्याला प्रतिसाद देत असाल, तर शहाणपण तुमच्याकडे चालत येईल.

मला माझा पुतण्या नकुलकडून एस.एम.एस आला. तो जैविक तंत्रज्ञानात एम.बी.ए होऊ घातला आहे. तो अतिशय चुणचुणीत आणि उत्साही तरुण मुलगा आहे आणि मी त्याच्या बोलण्यातून आणि तो मला पाठवतो त्या व्हिडीओजमधून या पिढीविषयी खूप शिकत असतो.

नकुलनं मला पाठवलेला एस.एम.एस असा होता:

मी हायस्कूल संपवून कॉलेज सुरू होण्यासाठी अधीर झालो होतो.
मग मी कॉलेज संपवून काम सुरू करण्यासाठी अधीर झालो होतो.
मग मी लग्न करून मुलं होण्यासाठी अधीर झालो होतो.

मग माझी मुलं मोठी व्हावी म्हणजे मला परत माझं काम सुरू करता येईल म्हणून अधीर झालो होतो.

पण मग मी निवृत्त होण्यासाठी अधीर झालो होतो आणि आता...

मी मरतो आहे आणि अचानक मला जाणीव झाली,

की मी जगायचं विसरून गेलो होतो!

म्हणून आयुष्यातील प्रत्येक क्षण मनापासून जगा.

ये मत सोचो, जिंदगी में कितने पल हैं,
ये सोचो की, एक पल में कितनी जिंदगी है!

(आयुष्यात किती क्षण राहिले आहेत, हा विचार करण्यापेक्षा त्या प्रत्येक क्षणात आयुष्याचा उत्साह दडला आहे, याचा विचार करा!)

***

आभार

गेलेल्या वर्षांमध्ये, जसा मी माणूस म्हणून आणि नंतर सक्सेस कोच (या क्रमाने) विकसित होत गेलो आहे, मला अनेक लोकांनी आधार आणि मार्गदर्शन दिलं आहे. हे लोक माझ्या आयुष्याचा आणि विचारसरणीचा अविभाज्य भाग आहेत. मी अत्यंत कृतज्ञतेनं त्यांचा ऋणनिर्देश केला पाहिजे.

या प्रवासातील माझे सर्व गुरू बंगलोरचे डॉ. भारत चंद्रा जे वर्तनशास्त्राचे उपचारक आणि आंतरराष्ट्रीय ख्यातीचे यशमार्गदर्शक आहेत. मुंबईचे ख्यातनाम मानसोपचारतज्ज्ञ डॉ. आनंद नाडकर्णी, मला रॅशनल इमोटिव्ह बिहेव्हिअर थेरपी (आर.ई.बी.टी) शिकवणाऱ्या ज्येष्ठ क्लिनिकल मानसशास्त्रज्ञ डॉ. शुभा थत्ते आणि स्वामी सुखबोधानंदजी जे माझ्या आध्यात्मिक उत्क्रांतीचं केंद्रस्थान आहेत असे सर्व जण आहेत. मला रॉबीन शर्मा, डॉ. स्टीफन कोव्हे, केनेथ ब्लॅन्चार्ड आणि सुमंथ्रा घोषाल या सर्व विचारवंत आणि लेखकांच्या कालातीत कामाचा प्रचंड प्रमाणात फायदा झालेला आहे.

मी माझे मित्र, रत्नेश पलोड, दीपक संघवी आणि माझा सहप्रशिक्षक तुषार चोथानी ह्यांनी दिलेल्या समयोचित आधाराबद्दल आणि प्रांजळ प्रतिक्रियांबद्दल आणि माझा पुतण्या नकुल मुंदडा ह्यानं मांडणीमध्ये केलेल्या मदतीबद्दल त्या सर्वांचे आभार मानतो.

माझ्या बॅडमिंटन ग्रुपमधील सागर, हिरेन, डॉ. तुषार, जोशीजी आणि तुषार फलक ह्यांनी अप्रत्यक्ष परंतु अत्यंत महत्त्वाच्या पद्धतीनं योगदान दिलं. त्यांनी ही खात्री केली की, माझा प्रत्येक दिवस छान सुरू होईल आणि उरलेल्या दिवसभरात मला उत्साही वाटण्यात तसेच स्पष्ट विचार करण्यात मदत होईल.

माझे कॉलेजमधील नाट्यदिग्दर्शक आणि लेखक गिरीश जोशी यांनी मूळ प्रत वाचली आणि एक तल्लीन आणि बुद्धिमान वाचक म्हणून त्यांच्या अनुभवी विचारांची

भर घातली. अनुवादिका वंदना अत्रे ज्यांना मी रेल्वे प्रवासात भेटलो, त्यांनी नवीन कल्पनांबाबत मदत केली आणि माझा जुना मित्र आणि स्वतः अफलातून लेखक हर्ष काबरा यानं मौल्यवान सल्ला दिला.

माझा ऑफिस कर्मचारीवर्ग सुधीर, सुरेश आणि राहुलनं वेळोवेळी मदत आणि आधार दिला.

मी माझ्या कार्यक्रमातील आणि शिबिरांमधील अगणित शिबिरार्थींचादेखील आभारी आहे. त्यांचे प्रश्न आणि प्रतिक्रिया या माझ्या वैचारिक विकासामध्ये निर्णायक होत्या.

घरच्या आघाडीवर मी माझी आई यशोदा हिची जगण्याची दुर्दम्य इच्छा आणि सर्व अडचणींचा सामना करण्याच्या तयारीबद्दल तिचा ऋणी आहे. माझा भाऊ किशोर ह्याची कर्तव्याबद्दलची सखोल समज, सगळ्या परिस्थितीमध्ये हसण्याची हिम्मत असलेली माझी वहिनी वर्षाली ह्यांचा ऋणी आहे.

माझी बायको मितू जी सुदैवानं माझी सगळ्यात जवळची मैत्रीणही आहे – तिच्या उचित आणि डोळस प्रतिक्रियांबद्दल या सर्वांचा मी आभारी आहे. मितू, माझा मित्र रत्नेश पलोड आणि माझे आधीचे संपर्क व्यवस्थापक गिरीश पाल ह्या तिघांनीच, खरं तर, माझी सुरुवातीची टिपणं आणि नोट्स वाचल्या आणि त्यांच्या प्रोत्साहनामुळेच मला पुढे जाण्याचा आत्मविश्वास मिळाला.

आणि माझ्या मुलांचा सहभाग मी कसा विसरू शकेन? माझा मुलगा पृथव आणि माझी मुलगी सिद्धी, केवळ त्यांच्या हसण्यानं किंवा सततच्या प्रश्नांनी ते माझे सगळे तणाव पळवून लावतात!

रवी सिंग आणि दिबाकर घोष ह्यांचे खूप आभार! आणि सरतेशेवटी माझ्यावर विश्वास ठेवल्याबद्दल रूपा प्रकाशनाचे धन्यवाद.

❋❋❋